चाणक्य आणि चंद्रगुप्त

राजेंद्र पांडेय

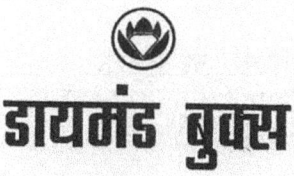

डायमंड बुक्स

© प्रकाशकाधीन

प्रकाशक : डायमंड पॉकेट बुक्स (प्रा.) लि.
            X-30 ओखला इंडस्ट्रियल एरिया, फेज-II
            नई दिल्ली-110020
फोन   : 011-40712200
ई-मेल   : wecare@diamondbooks.in
वेबसाइट   : www.diamondbooks.in
संस्करण   : 2025

Chanakya Aur Chandragupt (Marathi)
By : Rajendra Pandey

प्रस्तावणा

तक्षशिला शहरात आचार्य विष्णु शर्माचा आश्रम होता. इथे विद्यार्थी देशातले सर्व प्रकारचे शिक्षण घेण्यासाठी अनेकजण दूरवरून येत असत. आचार्य विष्णु शर्मा नीतिशास्त्र, धर्नुविद्या, अर्थशास्त्र आदींचेच ज्ञानी नव्हते तर प्रकांड पंडितही होते. मुस्लिमांच्या राजवटीत राहून ते आश्रम चालवू शकत नव्हते आणि या देशाचा उध्दारही करू शकत नव्हते. हा विचार करून विष्णु शर्माने निर्णय घेतला की, तिथे जाऊन का आश्रम सुरु करू नये जिथे मुस्लिमांची राजवट नाही. इथे तर कोणी शिक्षण घेण्यासाठी येतही नाही. चोहीबाजूने मुस्लिमच मुस्लिम आहेत.

या द्वंदात अडकलेले विष्णु शर्मा अचानक मगध देशाच्या दिशेने चालते झाले. त्या काळात दूरपर्यंत मगध घराण्याची सत्ता होती. तसेच ते समृध्द राज्य होतं. इच्छा असूनही सिकंदरला ते जिंकता आलं नव्हतं. पराभूत होऊन त्याला परत जावे लागले होते. मगध साम्राज्याच्या वीर सैनिका पुढे मुस्लिमांचे सैनिक तग धरू शकले नवहते. मगध साम्राज्याकडे इतके सैनिकी सामर्थ्य होते.

आचार्य विष्णु शर्मा पाटलिपुत्र मध्ये दाखल झाल्यानंतर तिथे धनानंद राज्य करत होता. मुस्लिमांना घाबरून सारे विव्दान या ठिकाणी जमा झाले होते. विष्णु शर्माच्या आगमनाने तेथील विव्दान आणि खुद्द राजाला वेगळ्या प्रकारचा अनुभव आला. धनानंदचा राजदरबार एक प्रकारे भांडणाचा अड्डा झाला होता. पंडितामध्ये परस्पर मतभेद, व्देष आणि ईर्षा होती. चमचेगीरीला ऊत आला होता.

आचार्य विष्णु शर्माने न संकोचता राजदरबारात जाऊन राजाला आशीर्वाद दिला आपल्या धीर गंभीर वाणीने काही उपदेश करून आपण कुणी असामान्य आहोत याची दरबारातील लोकांना जाणीव करून दिली. त्याची प्रज्ञा लपून राहीली नाही. विष्णु शर्मांचा उपदेश ऐकून राजा देखील प्रभावीत झाला. त्याने उभे राहून या ब्राह्मण पंडिताचे स्वागत केले त्याला आपल्या जवळ बसविले. विष्णु शर्माला अशाप्रकारे सन्मानीत करणे दरबारातील इतर मंडळीला काही आवडले नाही. त्यांना भीती वाटू लागली की, त्यांचे महत्त्व आता कमी तर होणार नाही. सर्वांना मिळून एक कट रचला की, या विष्णु शर्माचा जितका सन्मान केला तितकाच अपमान करावा.

दरम्यान राजाने त्यांना आदरपूर्वक विचारले की, 'ब्राह्मण! आपण कोणत्या देशातून आला आहात?'

विष्णु शर्माने उत्तर दिले, 'महाराज, मी तक्षशिलाहून आलो आहे'

तितक्यात एक पंडित उभा राहत बोलला, 'महाराज, माफ करा! पण ज्याला आपण इतका मान-सन्मान देत आहात तो त्याच्या पात्रतेचा आहे की नाही हे पाहाणे योग्य ठरणार नाही का, आम्हा सर्व राज पंडिताचा आग्रह आहे की, या संदर्भात विचार करण्यात यावा की, हा पंडित राजसन्मान

देण्याच्या पात्रतेचा आहे की नाही? नाहीतर उगीच.......'

इतक्यात दुसरा एक उठून बोलला,'मुस्लिमांच्या नजरा आजकाल आपल्या राज्यावर केंद्रित झालेल्या आहेत. कोणी सांगावे त्यांनी पाठविलेला हा ब्राह्मण म्हणजे गूप्तहेर असला तर, अशा लोकांनी त्यांच्यासाठी काम केल्यामुळे आज संपूर्ण भारतावर मुस्लिमांची राजवट आहे. तक्षशिलेवर मुस्लिमांची सत्ता असून हा ब्राह्मणही तेथूनच आला आहे. मी खोटे बोलणार नाही महाराज, कारण आपल्यापैकी एकही या ब्राह्मणला ओळखत नाही. असे असताना या ब्राह्मणाला आश्रय देणे किंवा याच्यावर विश्वास ठेवणे धोकादायक ठरणार आहे. हा गुप्तहेरच आहे. आपला हितचिंतक असल्यामूळे मला हे सत्य सांगावे लागले'.

असे म्हणतात की, माकड आणि राजा यांचा स्वभाव चंचल असतो. धनानंद दानधर्म करणारा होता हे खरे आहे पण होता संशयी. मुस्लिमाने अशाप्रकारे अनेक राजांना धोका दिला होता. राजा चिंताग्रस्त झाला. हा ब्राह्मण परवानगी न घेताच दरबारात आला आहे. हा विद्वान आहे पण विद्ववानासारखी औपचारिकता याच्याजवळ अजिबात नाही. हा विचार करून राजा कडक आवाजात गरजला, "हे ब्राह्मणा! तू कोण आहेस. आम्हास काही माहीत नाही. परंतु राजपंडितानी आता जे काही म्हटलं ते एकदम खरे आहे. कसलीही विचारणा न करता आपलं राजदरबारात येणं, कोणासोबतही आपली ओळा नसणं ह्या गोष्टी आपल्याबद्दल शंका उत्पन्न करण्यास पुरेशा आहेत. आम्हाला आता असे वाटत नाही की आपण इथे क्षणभरही थांबावे".

विष्णु शर्मा राग आणि अपमानाने क्रूध झाला होता. तो अचानक म्हणाला, 'हे राजा, काय बोलतोस काय, तुला मी गुप्तचर वाटतो आहे. मी तर आपलं नीतिज्ञान, धनुविद्येच शिक्षण येथील तरूणांना देवून यवनांची सत्ता उखडून टाकण्याचा विचार करतो आहे. मुस्लिमांच्या राज्यातून पळून येणारा मी तुला गुप्तहेर वाटतो काय, तू किती सत्ताधुंद आणि चंचल अशा प्रकारचा राजा आहेस'

त्या ब्राह्मणाने राजासहीत राजदरबारातील मंडळीला आश्चर्यचकित करून टाकले, अशा प्रकारची त्याची हिम्मत पाहून सारे दंग राहीले.

दुसरा एक राजपंडित मध्येच उठून बोलला, 'महाराज, क्षमा असावी मध्ये बोलतो आहे त्याबद्दल, गुप्तहेर असणारा व्यक्ति थोडेच कबूल करणार आहे की, तो मुस्लिमाचा गुप्तहेर आहे? महाराज, हा ब्राह्मण तर एकदम धूर्त आणि लबाड दिसतो आहे, याच्या बोलण्यावर तुम्ही जाऊ नका, महाराज, आपण एक धाडसी आणि कुशल यौध्दे आहात. आपण आपल्या प्रजेची सुरक्षा करण्यास समर्थ आहात मग या ब्राह्मणाच्या मदतीची गरजच काय?'

राजाला आता त्याचा अधिकच संशय आला. त्या ब्राह्मणाकडे डोळे वटारून राजा बोलला, 'हे ब्राह्मणा कृपा करून हे आसन सोडा आणि तात्काळ दरबाराच्या बाहेर जा'.

आचार्य विष्णु शर्माच्या भूवया रागाने तणावग्रस्त झाल्या. संपूर्ण अंग रागाने थरथर कापू लागले. दरबारातून बाहेर पडताना मनोमन प्रतिज्ञा करत होता की, माझ्या मध्ये ब्राह्मणत्वाचा थोडाही अंश शिल्लक असेल तर मी या नंदवंशाचा समूळ नाश करील आणि जो या लायक असेल त्याला या राजगादीवर बसवेल. त्याच व्यक्तिच्या माध्यमातून मुस्लिम सत्तेचा अंत घडवून आणेल..... असे म्हणत त्यांनी आपल्या शेंडीला गाठ बांधली आणि प्रतिज्ञा केली की, ही गाठ त्यावेळी सुटेल ज्यावेळी मी केलेला संकल्प पूर्ण होईल. असा विचार करत विष्णु शर्मा त्या राजाचा बदला घेण्यासाठी दरबारातून बाहेर पडला.

विष्णु शर्मा फार उव्दिग्न झाला होता. पाटलिपुत्र शहरात त्यांनी अन्न तर सोडाच साधे पाणीही घेतले नाही. तो सरळ शहराच्या बाहेर चालते झाला पण अचानक त्यांची पाय एक दृष्य पाहून रेंगाळले. एक असं दृष्य जिथे मुलं एक नाटक रंगवीत होती.

विष्णु शर्मा त्यांच्या जवळ गेला, त्याचा राग आता ओसरत चालला होता. तो पुटपुटले, 'ही मुलं अद्‌भूत खेळ खेळत आहेत. मला तो पाहिलाच पाहिजे'

काय खेळत होती मुलं .... हा असा खेळ होता जो पाहून विष्णु शर्माचे डोळे भरून आले.

सिंकदरने पंजाब जिंकला आहे आणि त्याची नजर आता दुसऱ्या राज्यावर आहे. नाटकाची कथा काहीशी अशीच होती. काही मुले यवनांच्या भूमिकेत होती तर काही भारतीय भूमिकेत. त्यातील १५ वर्षीय मुलांवर विष्णु शर्माची नजर स्थिर झाली. तो बालक सम्राटाच्या भूमिकेत होता आणि आपल्या सरदारांना मोठे मोठे हुकूम सोडीत होता. त्याच्या चेहऱ्यावर कमालीचे तेज होते.... विश्वास होता.

विष्णु शर्मा आश्चर्यचकीत राहीला की या वस्तीमधल्या मुलामध्ये आशाप्रकारचा गुण कसा आहे. जरूर त्या मुलामध्ये विशेष काही असावं. मला या मुलाबद्दल माहिती घेतलीच पाहिजे. नाटक संपल्यानंतर विष्णु शर्मा त्या मुलाजवळ जाऊन त्याला म्हणालो, 'बेटा, मी तुझा हात पाहू शकतो?'

नम्रपणे नमस्कार करून तो मुलगा म्हणाला, 'का नाही?' असे म्हणत त्याने आपला हात पुढे केला.

अति सुंदर... अति उत्तम .... फारच विलक्षण, बाळ तू माझा विद्यार्थी होशील? माझी इच्छा आहे की, तुला जगातली सर्व कला आणि विद्या शिकवावी .... मी तुला शस्त्र आणि शास्त्र दोन्हीमध्ये पारंगत बनविल'

मुलाला त्याचं बोलणं खूप आवडलं.

नतमस्तक होऊन हे मूल म्हणालं, 'गुरूवर्य, तुम्ही मला जर शस्त्र आणि शास्त्राचं ज्ञान दिलं तर मी आपला आजीवन आभारी राहील'

विष्णु शर्मा त्या बालकाच्या संभाषणावर खूष झाला आणि त्याच्या बरोबर त्याच्या घरी गेला. मुलाच्या पित्यानं विष्णु शर्माचं आदरातिथ्य

केलं. ते एक सद्गृहस्थ होता 'आपण माझ्या मुलाबद्दल काही विचारू इच्छिता ही गोष्ट माझ्यासाठी खूपच मोठी आहे. मला माझ्या मुलाचा अभिमान वाटतो'

विष्णु शर्माची हिमत होत नव्हती तरी देखील त्याने विचारले 'आपल्याला राग तर येणार नाही ना, मला एक विचारायचं आहे?'

आपण माझे अतिथी आहात आणि ब्राह्मणंही, विद्वानही आहात तेसच माझ्या मुलाचे हितचिंतक आहात, विचारा, मला काही राग येणार नाही'

हा बालक तर मला उच्चकुलीन वाटतोय.... मी जे म्हणतोय ते खरे आहे का? हा एकदिवशी आवश्य चक्रवती सम्राट बनेल, विष्णु शर्माचा अंदाज खरा आहे हे सहमत होत त्या बालकाचे पिता बोलले, 'गुरूवर्य, आपणास खोटे सांगणार नाही. आपला अंदाज एकदम खरा आहे, हा माझ्या रक्ताचा नाही आहे, हा छोकरा मला एका जंगलात भ्रूण अवस्थेत सापडला होता. याच्या अंगावर साधं कापडही नव्हतं. हो एक रत्नजडीत रक्षाबंधन मात्र होतं, जे आजही मी जपून ठेवलंय.'

'काय सांगता ....! ते रत्नजडीत रक्षाबंधन मला दाखवाल?' विष्णु शर्माच्या डोळ्यात चमक दिसत होती.

होय गुरूवर्य असे म्हणत तो उठला आणि त्याने ते रक्षाबंधन विष्णु शर्माच्या हातावर टेकवलं. विष्णु शर्मानि ते जवळून पाहीलं. आणि नंतर म्हणाले, 'हा छोकरा तुम्ही माझ्याकडे द्या... मी त्याला शस्त्र शास्त्राची विद्या देतो. याचं भविष्य उज्जवल आहे. याला चांगल्या गुरूची गरज आहे. मला सर्व विद्या ज्ञात आसून मी या बालकाकडे आपोआप ओढल्या गेलो आहे... भिक्षा म्हणून या ब्राह्मणाला हे बालक देऊन टाका... याला चक्रवती सम्राट करण्याची माझी इच्छा आहे.

ब्राह्मणची ही मागणी ऐकूण त्या मुलाचा पिता धर्मसंकटात सापडला कारण त्या बालकांवर तयाचा अति जीव होता.

'आपण जास्त विचार करू नये... हा छोकरा काही साधारण नाही. तुम्हाला हा प्रश्न पडला आहे की, मुलाला का देवून टाकायचं...?'

मुलाच्या पित्याला काय बोलावं हेच समजत नव्हतं. ही कोंडी मुलानेच फोडली. पिताजी आपण मला खुशाल गुरूदेवांच्या स्वाधीन करावे. यवनी सत्तेचा अंत हे तर आपलेही स्वप्न आहेच. हे कार्य माझ्या हातून जर झालेच तर आपल्याला आनंदच होईल.... गुरूदेवांच्या कृपेने मी जर एक सम्राट झालोच तर आपलाही मान सन्मान वाढेल. पिताजी आपण चिंता करू नये. यवनांची राजवट मुळापासून उपटून मी मगध राज्यासारखे प्रभावी राज्य निर्माण करील....

बालकाच्या तोंडून मगधाचे नाव ऐकूण विष्णु शर्माच्या तळपायाची आग मस्तकाला गेली. बालकाकडे पाहून ते म्हणाले, 'तू मगध देशाच्या सिंहासनावर बसशील आणि तुझा राज्याभिषेक मी स्वतः करील... लक्षात ठेव तुला मगध साम्राज्याचा सम्राट व्हायचे आहे...

हे एकूण तो बालक स्तब्धच राहीला.

1

हिमालयाच्या कुशीत एक आश्रम होता त्याचं नाव होतं चाणक्य आश्रम या आश्रमाचे नावलौकीक लपून राहीलं नव्हतं. चाणक्य आश्रमाचे आणखी एक वैशिष्ट्ये होतं; ते म्हणजे हा आश्रम ब्रह्मपुत्रा नदीच्या काठावर होता. या आश्रमाचे आचार्य चाणक्य कोणी साधे मनुष्य नव्हता. तो जितका विद्वान होता तितकाच हट्टी स्वभावाचा होता. आश्रमात प्रवेश मिळविण्यासाठी विद्यार्थ्यांच्या रांगा लागत. चाणक्य वेद आणि शास्त्रामध्ये निपूण होता. धर्नुविधेतही त्यांचा हातखंडा होता. त्याला असं एक राज्य स्थापन करायचं होतं की, जे जगात अद्‌भूत आणि वैशिष्टयेपूर्ण असेल. त्याचं म्हणणं होतं, 'मी क्षत्रिय असणाऱ्या अशा बालकाला राजा करील जो सर्व विद्येत निष्णात असेल. ज्याला कोणाचा आधार नसेल, काही ओळख असणार नाही. ज्या मगध देशाच्या राजाने ढोंगी आणि चमचेगीरी करणाऱ्या पंडिताचे ऐकूण मला अपमानीत करून दरबारातून हाकलून दिले त्याचा वंश बुडविल्याशिवाय आणि त्याच सिंहासनावर एका क्षत्रियाला जो सर्वांचा आदर करील, तो पर्यंत स्वस्थ बसणार नाही'.

चाणक्याची ही प्रतिज्ञा केवळ त्याची एकट्याची राहीली नव्हती तर ती आता आश्रमातील सर्व शिष्यांची झाली होती. चाणक्याने एका तेजस्वी बालकाची त्यासाठी निवड केली होती. आणि हिमालयाच्या कुशीत त्याच्यासोबत डोंगदऱ्यातील आदिवासींनाही शस्त्र कसे चालवायचे याचे प्रशिक्षण देणे सुरू होते. चाणक्य आता खूश होता कारण त्याच्या इच्छेप्रमाणे सारे होऊ लागले होते पण एक समस्या होती ती म्हणजे विद्यार्थ्यांची संख्या फार कमी होती. एखादं युध्द जिकायचं म्हणजे इतकी कमी संख्या कामाची नव्हती. चाणक्याला हे माहित होते की, मगध साम्राज्य केवळ मोठेच नसून त्याचं सैनिकी सामर्थ्यही प्रचंड आहे. चाणक्याच्या समोर हीच मोठी समस्या होती. तिचा तो रात्रंदिवस विचार करायचा. या विचाराने तो अधिकच बैचेन झाल्यावर नदीच्या किणारी जाऊन काही वेळ घालवायचा. चंद्रगुप्त हा चाणक्याचा आवडता शिष्य होता. त्याच्यासाठी कसलीही बंधने नव्हती. चाणक्याला तो कुठेही भेटू शकत होता. त्यांच्यात गुरू शिष्याऐवजी

पिता-पुत्रासमान नातं होतं. चाणक्याला अनेक शिष्य होते पण चंद्रगुप्त हा त्याच्यासाठी विशेष विद्यार्थी होता.

चंद्रगुप्त हा दुसरा तिसरा कोणी नसुन विष्णु शर्माने ज्या मुलाला एक गरीबाकडून मागितले होते तो होता. मगधराजाने अपमान केल्यानंतर विष्णु शर्माने आपलं नाव चाणक्य असं ठेवून अशी प्रतिज्ञा केली होती की, जोपर्यंत मगधराज्याची सत्ता उलथवून टाकत नाही तोपर्यंत मुळ नाव धारण करणार नाही. चाणक्य पुन्हा तक्षशिला शहरात गेला नाही. तो सरळ गेला हिमालयातील एक जंगलात तिथे जाऊन त्या बालकाला शस्त्र-शास्त्राचे धडे देवू लागला.

चाणक्य एक ब्राह्मण असला तरी त्याच्यात सैनिकी ताकद उभी करण्याची प्रचंड शक्ती होती. त्याने आदिवासींना देखील शस्त्रविद्या देणे सुरू केले. कारण त्याला पद्च्यूत करायचे होते. त्या सत्तांध मगध राजाला. यामुळे चाणक्याची वेगळी प्रतिमा तयार होऊन समाजात त्याची लोकप्रियता वाढू लागली. त्याच्या आश्रमाची कीर्ती इतकी पसरली की, दूरवरून ब्राह्मण तसेच क्षत्रिय शिक्षण घेण्यासाठी येऊ लागले. अशा प्रकारे चाणक्याचे यश हिमालयाच्या पर्वतीय भागात दिसू लागले.

चाणक्य समाधानी नव्हता. आपली बैचेनी कमी करण्यासाठी तो नदीच्या काठावर बसू लागला. दिसायला तो शांत दिसत असला तरी त्याच्या आत एक वादळ घोंघावत होतं. नदीच्या किनारी जाता जाता चाणक्य एकटाच स्वतःला हसू लागला आणि पुटपुटला 'चंद्रगुप्ताने एक वर्षात बरेच ज्ञानार्जन केले आहे. पाटलिपुत्र नगरीच्या राजाची तिच परिस्थिती असेल तर माझे यश नजिकच्या टप्प्यात आहे. काय मला तिथे जायला हवं? का नाही, मी जर एवढी मोठी प्रतिज्ञा केली असेल तर ती पूर्ण करण्यासाठी मी वाटेल ते केले पाहिजे. राजकारणात सारं काही क्षम्य असतं..... चाणक्य स्वतःशीच बोलत नदीत स्नानासाठी उतरला होता. स्नान आटोपल्यावर तो बिछाना टाकून बसला. आराधना पूर्ण करून तो योगाभ्यासाबद्दल विचारच करू लागला. इतक्यात त्याचा आवडता शिष्य तिथे हजर झाला. त्याने नतमस्तक होऊन आपल्या गुरूला प्रणाम केला. नंतर त्याने आपण जंगलामध्ये कोणत्या कोणत्या प्राण्याची शिकार केली ते सांगू लागला. त्याचा एक सहकारी मध्येच बोलला. 'होय गुरूजी, चंद्रगुप्ताने आज मोठेच धाडसाचे काम केले आहे. चंद्रगुप्ताने एका चित्याला एखाद्या कुत्र्या मांजरासारख सहज मारून टाकलं आपण स्वतः त्या चित्याला

पाहू शकता, तुम्हालाही खरे वाटेल'.

चंद्रगुप्ताच्या धाडसाच्या घटना ऐकूण चंद्रगुप्ताला आनंदच झाला. वडिल आपल्या पराक्रमाच्या गोष्टी ऐकून जसं खूश होतात तेच भाव चाणक्याच्या चेहऱ्यावर दिसत होते. चंद्रगुप्ताच्या चमकत्या डोळयाकडे पाहून बोलला, 'वत्स चंद्रगुप्त! मला काही दिवसासाठी बाहेर जायचे आहे. अजून तू बालकच आहेस परंतू महान कार्य करायचं असल्याने त्याचा शुभारंभ आतापासूनच झालेला चांगला. आश्रमाची व्यवस्था मी तुझ्यावर सोपवून जाईल. तुला राजा व्हायचे आहे. तेव्हा व्यवस्था कशी असते हे तुला समजायला हवं वत्सा! माझ्या ह्या अपमानीत डोळयांना त्याचवेळी शांतता मिळेल ज्यावेळी मी तुला मगध देशाचा सम्राट करील. तू भावी सम्राट आहेस. तू या आश्रमाचा मालक आहेस, हा आश्रम आणि मी तुझाच आहे. या आश्रमाची व्यवस्था तू कशी करतोस यावरून सिध्द होईल की तुझ्यात किती पात्रता आहे आणि जबाबदारी पूर्ण करण्यास किती सक्षम आहेस.

चंद्रगुप्ताच्या चेहऱ्यावर समाधान दिसत नव्हतं. त्याच्या डोळयात उदासी होती. तो यामुळे उदास होता की, गुरूजी त्याला एकट्याला इथे सोडून जाणार होते. गुरूजी शिवाय वेळ कसा जाईल याची त्याला चिंता होती. तो अधीर होत म्हणाला, 'अजून मी काहीच शिकलो नाही आणि आपण जाण्याची गोष्ट करत आहात. आपल्यासोबत मी देखील येऊ शकतो. आपल्याशिवाय मी अधुरा आहे. तुम्ही नसाल तर माझे काय होऊ शकते याची कल्पना करा.... गुरूजी, मला देखील आपल्यासोबत घेऊन चला.

'जरा माझी अडचण समजून घे, या कार्यासाठी मला एकट्यालाच जावे लागेल. तू माझे ऐक.... तुला मी माझ्यापासून वेगळं कुठे समजतो आहे. जिथे चाणक्य असेल तिथे चुद्रगुप्तही असेल.... मला फक्त तुझे कल्याण करायचे आहे आणि त्यासाठीच मी जात आहे. यामध्ये आपल्या दोघांचेही हीत आहे.

चंद्रगुप्ताने नंतर काही म्हटले तर नाही पण गुरूजीच्या निर्णयाने तो दुःखी जरूर झला होता. याची जाणीव चाणक्याला देखील होती. त्याचं मन विचलित झालं. पण चाणक्य एक दृढनिश्चयी व्यक्ती होता. भावनेच्या भरात तो आपला निर्णय बदलू शकत नव्हता. चंद्रगुप्तावर आश्रमाची जबाबदारी सोपवून चाणक्य एकटाच निघून गेला.

2

मगधराज्याची राजधानी पाटलिपुत्र गंगा आणि सोन नदीच्या मधल्या भागात वसली होती. हे शहर व्यावसायाच्या दृष्टिने अतिशय अनुकूल असं होतं इथे होम-हवन दररोज होत असतं. ज्यामध्ये प्राण्यांची बळी दिल्या जायची. बौध्द धम्मीयांच्या अनुयायांना हा क्रूर व्यवहार पसंद नव्हता. परंतू ही सत्ता बौध्द धम्माच्या अनुयायांच्या विरोधात होती आणि राजाची सक्त ताकीद होती की बौध्द प्रचारकांना राज्यात आश्रय दिल्या जाऊ नये. काळजी घेतल्या जात होती की त्यांना त्यांच्या धम्माचा प्रचार प्रसार करता येऊ नये.

मगधचा राजा धनानंद हा दानधर्म आणि पराक्रमासाठी दूरपर्यंत प्रसिध्द होता परंतू त्याची दुसरी बाजू अशीही होती की, दुराचरण, मद्यपान आणि मतिभ्रम सारख्या दुर्गणांचा तो शिकार होता. असे असले तरी राजा हा राजा असतो. प्रजा त्याला देवच समजते. धनानंदाच्या भोवती सदानकदा चमचेगीरी, कट करणाऱ्या लोकांना गराडा असायचा. धनानंदाला नको तो सल्ला देवून त्याला ते त्याच्या इच्छेप्रमाणे अनेक गोष्टी घडवून आणत.

हे ही खरे आहे की, या लोकांमुळे धनानंदाला राज्यकारभार करताना काही अडचणी उत्पन्न होत. काही अधिकारी, कर्मचारी, प्रमाणिक असल्यामुळे अडचणी दूर होत असतं. अशाच अधिकाऱ्यापैकी राक्षस नावाचा एक व्यक्ती होता जो राजघराण्याशी अति प्रमाणिक होता. हा फक्त नावाचाच राक्षस होता. राक्षसासारखा मात्र नव्हता. धनानंदावर राक्षासाच खूप मोठा प्रभाव होता. कोणताही अंतिम निर्णय घेण्यापूर्वी राजा राक्षसासोबत चर्चा करी.

शेजारील राज्य धनानंदाला पराभूत करून त्याच्या मगध सत्तेवर आपलं वर्चस्व प्रस्थापित होईल या प्रयत्नात असे. परंतु राक्षसासारखा माणूस धनानंदाकडे आहे याचा विचार करून आक्रमण वगैरे करायला त्यांची हिमत होत नसे. त्यांना वाटे की, राक्षसासारखा व्यक्ति मगधाकडे नसता तर नंदवंशाचा दिवा कधीच विझला असता. दुसरीकडे धनानंदवर राज्यातील प्रजा अत्यंत नाराज होती.

राक्षस हा असा व्यक्ती होता ज्याच्या प्रभावामुळे मंत्र्याना भ्रष्टाचार करता आला नाही म्हणून मंत्रीमंडळाची किती दूरपर्यंत पसरली होती. काही का असेना, पण पाटलीपुत्र त्या काळी खूप प्रसिध्द होते. येथे पुष्कळ लोकसंख्या होती. भगवान बुध्दाच्या अहिंसा तत्त्वाचे पालन करणारे त्यांचे अनुयायी देखील येथे होते. याशिवाय किरात, शक, दुण, यवन, म्लेछ, चिनी, फारसी, गांधार आदि जातीची लोक येथे नांदत होती. इथे सुंदर महाल, शाळा आदी गोष्टींची कमतरता नव्हती.

राजपरिवाराचा महाल तर स्वर्गाहूनही सुंदर होता. पाटलिपुत्र जितकं वैभव संपन्न होतं, तितकीच मजबूत सैन्य व्यवस्था होती. राजाने सेनापतीला संपूर्ण अधिकार दिला होता आणि प्रशासनाच्या संदर्भात थोडीही चालढकल सहन केल्या जात नव्हती. सेनापती काळाची पाऊले ओळखून योग्य तो निर्णय घ्यायचा. त्यामुळेच तर धनानंदाच्या सत्तेची पाळेमुळे अद्याप पक्की होती.

पाटलिपुत्र शहराचे महत्त्व केवळ भूगोलिकच नाही तर राजकीय दृष्ट्याही महत्त्वाचे होते. सायंकाळच्यावेळी हे शहर स्वर्गासमान दिसायचे. आज तर या शहरात जोरदार हालचाली चालू होत्या. लोक हातात फुले आणि फुलांच्या माळा घेऊन पुढे जात होती. कोपऱ्यावरून स्त्री-पुरूष कटाक्ष टाकत होते. शहराच्या बाहेर दूर कोठून तरी संगीताची धून ऐकू येत होती. ऐकू येणाऱ्या संगीताच्या धूनेच्या दिशेन लोक निघू लागली, गर्दी करू लागली. काय आहे ते आम्हाला पहिल्यांदा पहाता यावा अशीच सर्वांची इच्छा होती. संगीताचे सूर आता मोठ्याने ऐकू येऊ लागले होते गर्दीची जिज्ञासा आता अधिक वाढली. तितक्यात त्यांना एक हाती येताना दिसला ज्याच्यावर विजयाची पताका फडकत होती. मागे वाद्य वाजविणारे हाती, उंट आणि घोड्यावरून येत होते.

काही सैनिक पायी तर काही घोडे आणि हात्तीवर होते. सर्वांच्या नजरा आता त्या हत्तीवर केंद्रीत झाल्या ज्या हत्तीवर मगधाचे युवराज विराजमान होते. हत्तीला हिव्यापानांने सजविले होते. तर हे होतं फुले आणि माळा विकत घेण्याचं कारण प्रजेने दोन्ही हाताने युवराजवर फुले आणि फुलमाळा उधळल्या. हे होतं प्रजेचं आपल्या युवराजाप्रति असणारं प्रेम, प्रजेचं काय असतं राजा किंवा युवराज कसाही असो पण तो ज्यावेळी आपल्याजवळ येतो त्याच्या बद्दलची कटूता कमी होते. युवराजावर होणारी फुलांची उधळण याचच उत्तम उदाहरण होतं.

3

हा उत्सव विशेष असा होता. युवराजाला राजमहालापर्यंत पोहचायला बराच वेळ लागला. धनानंदाचा सेनापती कोणत्यातरी राजाला पराभूत करून त्याच्या कन्येसोबत युवराजाचा विवाह लावला होता. आता ते वधुसह परत आले होते. हा प्रसंग अशाप्रकारे साजरा करण्याचे अद्भूत मार्ग त्यांनी निवडला होता. प्रजेमध्ये या घटनेमुळे आनंदाचे वातावरण होते. प्रजा यामुळेच खूश होती की, युवराजने केवळ विजयच मिळवला नव्हता तर त्या पराभूत राजाच्या कन्येशी विवाह देखील केला होता. प्रजेच्या मनात राज्याबद्दलची नाराजी याप्रसंगी नव्हती. रस्त्यावर लोकांची इतकी गर्दी होती की, पाय ठेवायला देखील जागा नव्हती.

ही वेळ खरोखरच आनंदाची होती आणि सर्वांना भावनीक करणारी होती. म्हणून राजपरिवाराबद्दल यावेळी कोणाच्याच मनात कटुतेची भावना नव्हती. पाटलिपुत्राच्या सिसेंवर मिरवणूक आल्यावर वधु-वरांच्या भावी आयुष्यासाठी प्राण्यांचा बळी देण्यात आला. त्यांच्या रक्ताने रस्ते रक्तरंजीत झाले. फुले आणि फुलमाळा घेऊन उभ्या असणाऱ्या तरूण-तरूणीने ती वधु-वरांवर उधळली. मिरवणूक पुढे पुढे सरकत राजमहालाकडे निघाली. संगीताचे सूर होतेच. राजमहालासमोर युवराजांना मंगल तिलक लावून अभिषेक करण्यात आला.

परंतु या आनंदोत्सावाप्रसंगी एक व्यक्ति मात्र खिन्न होती. त्याच्या चेहऱ्यावर आनंद तर नव्हताच उलट राग दिसत होता. राजभवनिक सगळीकडे आनंदाचे वातावरण असताना एक स्त्री दुःखाच्या सागरात बुडाल्यासारखी शोकमग्न होती. तिची वृंदा नावाची दासी तिला शांत करण्याचा प्रयत्न करीत होती. परंतु ती स्त्री कशी बरे शांत होईल. तिचं दुःख अमर्याद होतं. एकीकडे इतकं आनंदाचं वातावरण असताना दुसरीकडे ही स्त्री इतकी उदास, खिन्न आणि दुःखी का होती? तिचं वय अंदाजे ३० वर्षे असेल आणि कपडे साधारणच होते. केस मोकळेच होते. तिची दशा अतिशय दयनीय अशी होती. प्रजेने साज शृंगार केला असताना ही स्त्री मळकटलेल्या कपड्यात, विस्कटलेल्या केसाची का होती?

वृंदा या दासीनं तिला खूप समजावण्याचा प्रयत्न केला, यावेळी रागीट नजरेने तिच्याकडे रोखून पाहात म्हणाली', मातोश्री, आपण जे काही सांगत आहात ते ऐकायला बरं वाटतं. परंतू जो आनंदोत्सव माझ्या मुलासाठी व्हायला पाहिजे होता तो माझ्या सतीच्या मुलासाठी होत आहे. त्यामुळे तुम्हाला माझ्या दुःखाची कल्पना कशी असणार. वेदना माझ्या हृदयात खोलवर होत आहेत. तुम्हाला कशा समजणार त्या. राजकुमारी असुनही माझं आजपर्यंतच आयुष्य एखाद्या दासीसारखं ती गेली. हे सांगताना स्त्री अधिकच क्रोधीत झाली. मी किरतराज राजाची कन्या त्या राज्यातली एकमेव राजकुमारी ..... सेनापतीने माझ्या पित्याला पराभूत केलं आणि मला मगध सम्राटाच्या स्वाधीन केले. राजाने माझ्यासोबत बळजबरीने विवाह केला आणि माझ्यापोटी जे मूलं जन्माला आलं त्याला राजाच्या पत्नीने युवराज नाही होऊ दिलं. इतकेच करून ती थांबली नाही तर तू एक दासी असून दासीचा मुलगा युवराज कसा होईल, असे म्हणण्यापर्यंत तिची मजल गेली. काय माहीत हे मुलं कोणाच्या पोटचं आहे. माझ्या जीवनात घडलेल्या दुर्दैवी प्रसंगाला मी कसं विसरू शकेल.'

वृंदा आता स्तब्ध झाली होती. तिच्या जवळ आता समजावून सांगण्यासाठी शब्दही राहीले नाहीत. ती पुढे सांगू लागली. 'मी एक स्त्री आहे.... ती देखील एखाद्या दासीसारखी.... शोषित आणि अपमानीत... हा अन्याय सहन करून मी फक्त रडू तरी शकते ..... त्यामुळे मला रडू द्या. मी का रडू नये ...... माझ्या मुलाला तरूण होण्याच्या आताच त्याचं काय केलं ते समजलं नाही. मी सहजा-सहजी त्या असाह्य क्षणांना कसं विसरू शकेल. तुम्हीच सांगा, माझी काही चूक आहे? मला पळवून आणणे हाच मोठा धोका आहे.... माझ्या मुलाची हत्या केली तोही एक धोकाच होता. मी अशा दुःखाच्या आघाताला कसं बरं विसरू?' हे सांगत असताना क्रोध तिच्या डोळयात दिसत होता. तिला चांगल्या वाईटाची काही तमा राहीली नाही. ती शिव्या शाप देवू लागली मगधच्या सम्राटाला.

वृंदा मोठ्या नम्रपणे म्हणाली, 'तुझं सर्व खरं आहे पण क्षणभर विचार कर, हिच गोष्ट मगध सम्राटाच्या कानावर गेली तर तुला त्याचे वाईट परिणाम भोगावे लागणार नाहीत? धीर धर, शांत हो, राजाने हे सारं ऐकलं तर तो तुला पुन्हा कैदखान्यात टाकून देईल. परिस्थितीची मागणी लक्षात घेऊन तू देखील या आनंदोत्सवात सहभागी हो. तुला आनंद झाला नाही हे जर राजाला समजलं तर तुला तो कधीच माफ करणार नाही. तू जे काही करतेस ते केवळ मूर्खच असे करू शकतो. परमेश्वरावर विश्वास ठेव.

माझं ऐक. इथे चुगलखोरांची कमी नाही. अशा तऱ्हेने तू तुझी कर्म कहाणी सांगत रडत बसलीस आणि आनंदोत्सवात सहभागी झाली नाहीस तर तुझं जगणं कठीण होऊन जाईल. मी तुला योग्य ते सांगत आहे. तुझा राग व्यक्त करण्याची ही योग्य वेळ नाही' वृंदा समजावतच होती. सांगत होती. पण ती स्त्री काही केल्या ऐकण्याच्या मनस्थितीत नव्हती. कधी न विझणाऱ्या बदल्याची भावना तिच्या मनात पेटली होती. आता ती अधिकच क्रोधीत झाली होती. 'माझ्या सोबत जे काही झालं आहे, आता त्यापेक्षा जास्त काय वाईट होऊ शकतं. मला मरणाची भीती नाही वाटतं या जीवनात घाबरण्यासारखं आहेच काय? मला आता या जगण्यातून मुक्ती हवी आहे. रोजच मरत-मरत जगण्यापेक्षा एकदाच मृत्यू आलेला काय वाईट, तुम्ही मगध सम्राटाला जाऊन सांगा की, मला आता मुक्ती द्या. मला जीवंत राहायचे नाही. मृत्यू हाच माझ्या दुःखावरचं एकमेव औषध आहे. पण मला मृत्यू कोण देईल....'

ही पिडीत महिला म्हणजे मुरादेवी होती. आपल्या मुलाच्या आकस्मिक मृत्यूने आणि दासीसारख्या जीवनाला कंटाळून उदग्विन झाली होती. वृंदाकडे एक कटाक्ष टाकत ती म्हणाली, 'मला आता कशाचीही भिती वाटत नाही.... मी आता शांत बसणार नाही. मी युवराजला सम्राटाच्या पदी बसू देणार नाही. माझे नाव मुरादेवी आहे. परिस्थितीने मला सगळं शिकवलं आहे. किरतराजची मी कन्या अशी प्रतिज्ञा करते की, राजाला आपल्या प्रेम जाळयात अडकवून त्याची हृदयस्वामीनी बनू शकले नाही तर हे दासी मी आत्महत्या करील. मला जे योग्य वाटेल तेच मी राजकडून करून घेईल. मी माझी प्रतिज्ञा पूर्ण करील असा मला विश्वास वाटतो. कोणताही युवराज आज सम्राट होणार नाही. किरात वंशाचा महायोध्दा येथील सिहांसनावर बसेल. राणी असणाऱ्यांना मी दासीपेक्षाही वाईट जीवन जगायला भाग पाडेल, चल वृंदा, मला आता आनंदोत्सवात भाग घ्यायचा आहे. आता मी बोलणार आहे गोड पण आग असणार आहे आत माझ्या कट-कारस्थान हेच माझे आता हत्यार असणार आहे'. असे म्हणून मुरा देवी चेहऱ्यावर कृत्रीम हास्य ठेवत आनंदोत्सवात सहभागी झाली.

वृंदा थोडं हसली आणि नंतर म्हणाली, 'स्त्रीचं हे कोणतं रूप आहे? मुग्धा! प्रेयसीच्या नंतरचे हे रूपच कदाचीत मुरादेवीला न्याय देवू शकतं....'

मुरा देवीने आज प्रथमच आपल्या बदल्याच्या भावनेला वाट मोकळी करून दिली होती. वृंदाला तिचा मार्ग योग्य तर वाटला पण तिला शंका वाटत होती की ती कसं हे करू शकेल?

4

चाणक्य मगध शहरात पोहोचला पण अनेक प्रश्नाने तो विचलित झाला. काही क्षण तो चिंताग्रस्त झाला. स्वतःशी बोलू लागला. 'माझ्या शिष्याने मगध साम्राज्याला पराभूत करायचे ठरविले तरी ते शक्य दिसत नाही. मगधाचे सैन्यबळ प्रचंड आहे. भिल्ल, किरात आदी जातीचे तरूण माझ्या सैन्यात आहेत. धनुष्य-बाण, तलवार, फरसी कुऱ्हाड याशिवाय त्यांच्याकडे दुसरे शस्त्र नाही. अशा परिस्थितीत मगधावर आक्रमण करणे म्हणजे 'आ बैल मुझे मार' अशी गोष्ट ठरेल. मी माझ्या शिष्याला बळीचा बकरा करू शकत नाही. माझं सैन्यबळ, मगधाच्या सैन्यबळापुढे काहीच नाही. मी आता एकच केलं पाहिजे ते म्हणजे मगध शहरात जाऊन तेथील परिस्थितीचा अभ्यास कुठे तरी असा धागा धनानंदाच्या विरोधात जी मंडळी आहे. त्यांना एकत्र करण्यातच खरा शहाणपणा आहे. युध्द केवळ सैन्याच्या जोरावरच नाही तर राजकारण आणि कुटनितीनेही जिंकल्या जाऊ शकते.

स्वतःशी बोलत चाणक्य शेवटी मगध शहरात दाखल झालाच. तो एक दृढनिश्चयी व्यक्ति होता. त्याचं म्हणणं होतं की, जशा अडचणी येत राहातात, त्यातून बाहेर पडण्याचे मार्गही सापडत राहतात. पाटलिपुत्र शहरात पाय ठेवताच चाणक्याली जरा वेगळाच आभास होऊ लागला. आता प्रश्न असा होता की, पाटलिपुत्र शहरात मुक्काम कोठे करायचा. विचारात खोल बुडालेला चाणक्य सोन नदीच्या काठावरून पुढे पुढे जात होता. तितक्यात त्याला पाहिलं एका बौध्द भिक्षुने, एक नरजेतच त्याने ओळखले की हा व्यक्ती पाटलिपुत्राचा रहिवासी नाही. तो बौध्द भिख्खुने हसत बोलला, 'ब्राह्मण देवा', असे म्हणून तो चाणक्यच्या जवळ गेला परंतु त्याला पाहून चाणक्याच्या चेहऱ्यावर काही चांगले भाव उमटले नाहीत. तो तीक्ष्ण नजरेने बौध्द भिख्खुकडे पहात होता. बौध्द भिख्खु अचानक हसू लागला. 'ब्राह्मण देवा, मला माहित आहे, तुम्ही मला पसंत करत नाहीत. परंतु भगवान बुध्द सांगतात की, जो तुमचा अपमान करील त्याचेही

कल्याण व्हावे असा आम्ही आशीर्वाद दिला पाहिजे. ब्राह्मण देवा, मला माहित आहे, आपण या शहरातले नसून राहण्याची व्यवस्था शोधत आहात, तुम्ही माझ्यावर विश्वास ठेव, माझ्यासोबत ये, मी तुझी सोय शिव मंदिरात करतो. तुला मदत करण्यामागे माझा कोणत्याही स्वार्थ नाही. ही माझी निःस्वार्थी सेवा आहे. त्या बौध्द भिख्खुचे बोलणे चाणक्याला समाधान देवून गेले. चाणक्याने तात्काळ बौध्द भिख्खुचं निमंत्रण स्वीकारलं.

शिवमंदिरात राहण्याची व्यवस्था त्या बौध्द भिख्खुने केली पण चाणक्याला हे काही ठीक वाटत नव्हते. त्याला पश्चाताप होऊ लागला होता की, एक भिख्खुकडे त्याला आश्रय घ्यावा लागला होता. पण लवकरच हा पश्चाताप आनंदात व्दिगुणीत झाला.

ब्राह्मण, क्षत्रिय ही मंडळी बौध्द भिख्खुंचा तिरस्कार करत असायची त्यामुळे बौध्द धम्माचा प्रसार या शहरात फारच थोडा झाला. परंतु हा धर्म स्वीकारायचा अशी काही सक्तीही नव्हती. प्रत्येक जातीच्या लोकांना या धर्माचे आकर्षण होते. हळूहळू ब्राह्मण आणि क्षत्रिय यांनीही या धर्माला पसंदी दाखवली. बौध्द धम्माच्या प्रचार प्रसारासाठी तन, मन आणि धन आदीसहीत ते कामाला लागले होते.

त्या काळात या धर्माला जाहिलोंचा धर्म समजत ब्राह्मण या धर्माच्या एकदम विरोधात होते. पण चाणक्याला हे सर्व ठीक वाटत होतं. तो विचार करत होता की, मला जर गूप्त तऱ्हेने काम करायचेच आहे तर बौध्द भिख्खुची मदत घेणे काही वाईट गोष्ट नाही. बौध्द भिख्खुचे भेटणे आणि त्याने राहण्याची व्यवस्था करणे हा काही तोट्याचा सौदा नाही. मंदिरामध्ये तर राहायचे आहे. संकटकाळात हे सारं पाहिल्या जात नाही.

शिवमंदिर तसं सुंदर होतं. त्यामध्ये पुजा प्रार्थनेसाठी खास सोय करण्यात आली होती. खास करून ब्राह्मणांच्या. बौध्द भिख्खुसोबत चाणक्य ज्यावेळी शिवमंदिरात गेला त्यावेळी त्याला खूप आनंद झाला. 'अति सुंदर! किती पवित्र आणि रमणीय स्थळ आहे. मन प्रसन्न झाले' चाणक्याला तिथेच सोडून भिख्खू दुसरीकडे निघून गेला. थोड्या वेळाने भिख्खुने एका व्यक्तिला पाठवून विचारणा केली की, 'ब्राह्मण देवा! भोजनाची व्यवस्था करू का?'

चाणक्य विचारात पडला, 'काय आता मला इथे भोजनही करावे

लागेल' चाणक्याने त्या व्यक्तिला सांगितले, 'मी स्वतः येऊन सांगतो'.

तो व्यक्ती निघून गेला. चाणक्याला समोर पाहून बौध्द भिख्खुने हात जोडून त्याचे स्वागत केले' 'आसनस्थ व्हा ब्राह्मण देवा! थोडसं भोजन द्यायाला हरकत नाही....?'

चाणक्य नम्रपणे म्हणाला, आपण उगीच कष्ट घेत आहात. मला आश्रय देवून मोठेच उपकार केलेत आता पुन्हा अधिक उपकाराचं ओझं माझ्यावर कशाला लादता मला आपलं हे ऋण कसं फेडता येईल. ज्याच्यासाठी आपण काही करू अशी शक्यता असते त्याचीच मदत घेणे योग्य असतं.... इथे तर असं काही होण्यासारखं नाही. 'म्हणजे मी आपल्या काही कामी येईल असं वाटत नाही'. चाणक्याच्या बोलण्याने बौध्द भिख्खुला किंचितंस हसू आलं. नंतर म्हणाला, 'आपण जे कथन केले ते योग्यच आहे पण पाहुण्याचे आदरतिथ्य म्हणून भोजनाचा आग्रह करण्यात येत असेल तर त्यात वाईट काय आहे. भगवान बुध्द सांगतात की, पाहुण्याचे स्वागत करणे धर्मही आहे. कर्तव्यही आहे. आपण पहिल्यांदाच इथे आलात. दुपारची वेळ आहे. थोडसं भोजन करा. उद्या तुमच्या इच्छेप्रमाणे सारे होईल. पाटलिपुत्र तुमच्यासाठी मोठे शहर आहे तुम्हाला काही मदत लागलीच तर मी आहेच.

चाणक्य काहीच न बोलता थोडसं भोजन करून पुढील योजनाच्या संदर्भात विचार करू लागला. दिवस मावळतीला आला होता. थोड्याच वेळात अंधार पसरला. चाणक्य विचारमग्न होता. 'मी मगधच्या लोकांसोबत माझा परिचय वाढवला पाहिजे. त्यांच्यासारखच मी झालं पाहिजे. या राज्यात काय चाललं आहे हे माहीत करून घेण्यासाठी बौध्द भिखुपासूनच का सुरूवात करू नये. तशी तर बौध्द भिख्खुचीच इच्छा आहे की राजदरबारात बौध्द धम्माचा प्रचार व्हावा. या बौध्द भिख्खुला राज परिवारामधल्या भानगडी माहीत असू शकतात. हा कामाचा माणूस सिध्द होऊ शकतो. मला माझी प्रतिज्ञा पूर्ण करण्यासाठी बौध्द भिख्खुची मदत घेतली पाहिजे' असा विचार करत असताना अचानकच त्याच्या मनात बौध्द भिख्खुबद्दल आदर निर्माण झाला. तो तात्काळ उभे राहून बौध्द भिख्खुच्या समोर आला. भिख्खुने त्याला आदराने खाली बसवलं. चाणक्य संकोच करीत बोलला. 'येथील राजदरबार आणि अधिकाऱ्यांच्या संदर्भात

आपल्याला माहिती आवश्य असेल'.

बौध्द भिख्खू म्हणाला, 'आपल्याला हे ऐकूण आश्चर्य वाटेल की राजदरबारातील एक प्रभावशाली अधिकारी माझा शिष्य झाला आहे. त्याला सांगितले तर तुम्हाला राजदरबारात प्रवेश मिळवता येईल'.

'फारच उत्तम, आपण जर हे काम केलं तर माझा येण्याचा उद्देश सफल होईल'. चाणक्याच्या डोळयात आनंद दिसत होता. इतक्यात एका स्त्रीने मंदिरात प्रवेश केला. आत येऊन ती म्हणाली 'भन्ते मला आपल्याला काही सांगायचे आहे'.

बौध्द भिख्खू म्हणाले, 'उपासिके, चेहऱ्यावर इतकी उदासी का आहे? मुरादेवी ठीक तर आहे 'ना'?

मुरा देवीची दासी असणारी हीच ती स्त्री वृंदा. ती घाबरत सांगू लागली 'भन्ते मुरा देवीची मनःस्थिती ठीक नाही. कुमार सुमात्त्याचा राज्यभिषेक झाल्यापासून ती फारच उद्ग्नि आणि दुःखी आहे. मला आपलं मार्गदर्शन पाहिजे आहे'.

चाणक्याला वाटत होतं की, आपण इथे थांबू नये पण मुरादेवी हे नाव ऐकूण तो काहीसा स्तब्ध झाला. त्यांच्या लक्षात आलं की, राजघराण्याशी संबंधीतच काही भानगड असावी. तितक्यात भन्ते या दासीला बोलले, 'उपासिके! माझ्या काही लक्षात आलं नाही. वेळ आणि ठिकाण लक्षात घेऊन बोल, राजदरबारातील गोष्टी बाहेर यायला नकोत. मुरा देवीच्या संदर्भात हे स्वाभाविक आहे की तिच्या पुत्राच्या ठिकाणी दुसऱ्याचा राज्यभिषेक होणे तिला कधीच मान्य असणार नाही. मंत्री आणि राज्यांच्या कट-कारस्थानाचा भाग म्हणून तिचा पुत्र ऐन तारूण्यात मारण्यात आला. तू तुझं तोंड बंद ठेव'.

वृंदा म्हणाली, 'भन्तेजी, मला समजून घ्या. मला जे काही सांगायचे आहे. ते मी फक्त आपल्या जवळच सांगू शकते. मला आता शांत बसवत नाही. मुरा देवी आज ज्या परिस्थितीत आहे तिच परिस्थिती जर राहीली तर काहीही होऊ शकतं. काही होवो अथवा न होवो मुरा देवीचं नुकसान मात्र अटळ आहे. आपण माझे गुरू आहात आणि आपणच सांगत असता की, जर कोणाचे अकल्याण होत असेल तर ते थांबवले पाहिजे. मला फक्त तुमचं मत हवं आहे. भन्तेजी, मला मार्गदर्शन करा'.

चाणक्याच्या समोर वृंदानं असं काही सांगावं असं भिख्खुला अजिबात वाटत नव्हतं. परंतु भिख्खु चाणक्याला तेथून जायलाही सांगू शकत नव्हता. या दासीची अशी अवस्था झाली होती की, तिचे काही स्वतःवर नियंत्रण राहीलं नव्हतं. तिच्यावर तिचाच ताबा राहीला नव्हता. परिणाम असा झाला की, सारं काही तिनं चाणक्याच्या समोर सांगून टाकलं.

बौध्द भिख्खू म्हणाले, 'उपासिके! तुझ्या राणीची मनःस्थिती ठीक असेल तर तिला येथे घेऊन ये, माझ्याकडे आज सांगण्यासारखे काहीही नाही. मी विचार करून सांगतो. पण हो, लक्षात ठेव ही गोष्ट दुसऱ्या कोणालाही सांगू नको. तुझ्या बोलण्यातून तर असं दिसतय की, या शहराचे भवितव्य मुरा देवीच्या हातात आहे. तिच्या मुलाला दूरच्या जंगलात जाऊन ठार केले; या घटनेला आज बरीच वर्ष झाली आहेत. मी म्हणतोय ते खरं आहे ना?'.

'होय भन्ते! १६ वर्ष तर कसंही झाले असतील. माझ्या स्वामिनीला ही घटनाच तर स्वस्थ बसू देत नाही. ती आता बदल्याच्या भावनेने भडकली आहे. हे सांगून वृंदा उदास झाली.

मला सर्व माहित आहे. आता तू येथून गेलं पाहिजेस. माझ्या सल्ल्यासाठी उद्या ये... भिख्खू हे सांगितल्यावर थोडं उव्दिग्न झाला. कारण चाणक्य अद्याप तिथेच होता.

चाणक्य विचार करू लागला की, या संदर्भात भिख्खूसोबत चर्चा करणं ठीक राहील? तेवढ्यात चाणक्याकडे पहात भिख्खू बोलला, 'ब्राह्मण देवा, आपण तर या शहराचे नाहीतच त्यामुळे नेमकं काय झालयं हे आपल्याला माहित नसू शकतं. मुरा देवी ही उच्च कुलीन किरातराजची सुकन्या आहे. धनानंदाने जबरदस्तीने तिच्यासोबत विवाह केला होता. तिला एक मुलगाही झाला होता पण हे माझ्या पोटचं नाही असे म्हणून हिमालयाच्या जंगलात त्याची हत्या घडवून आणली होती ..... हा घोर अन्याय आहे..... याची शिक्षा राजघराण्याला जरूर मिळेल......' हे सांगून बौध्द भिख्खू शांत झाला. पण चाणक्याला झालेला आनंद अमर्याद होता.

5

आपलं उद्दिष्टपूर्ण करण्यासाठी बौध्द भिख्खू एकदम उपयुक्त व्यक्ती निघाला, तसेच मुरादेवी देखील चाणक्यासाठी महत्त्वाची ठरणार होती. या गोष्टीचा चाणक्याला खुपच आनंद झाला. परंतु केवळ तो खुश झाला नाही कारण तो एक सखोल विचार करणार होता.

थोडासा विचार करत तो भिख्खुला म्हणाला, 'भन्ते मला या शहराबद्दल थोडीशी माहिती द्या. हिमालयात जो चाणक्याचा आश्रम आहे तेथून मी आलो आहे. मला वाटतं होते की, मी इथे सुखानं राहू शकेल. पण इथे तर राजघराण्यात अंतर्गत कलह आहे. जिथे गृहकलह असतो तिथे लक्ष्मी वास करीत नाही. पण असो, मला काय त्याचं भन्ते, मला एक सांगा की, ही मुरादेवी कोण आहे? तिच्या मुलाला का मारण्यात आलं? मी यामुळे विचारतो आहे; गृहकलहाचे कारण समजले तर त्यांच्या शांतीसाठी परमेश्वराकडे मला प्रार्थना करता येईल'

भिख्खुला एकदम हसायला आलं. 'ब्राह्मण देवा, तुम्हाला काय सांगाव या शहराच्या संदर्भात बाहेर चांगलं बोलल्या जातं. परंतु वास्तवात असं काहीही नाही मगध सम्राट धनानंद हा दुराचारी आणि चमचेगीरी करणाऱ्या लोकांच्या म्हणण्यानुसार राज्यकारभार करणारा राजा आहे. हा एक असा मूर्ख माणूस आहे जो नेमका कपटी आणि संधीसाधू लोकांवरच विश्वास ठेवणारा राजा आहे. मुरा देवी ही धनानंदाची अतिशय लाडकी राणी होती. राजा तिच्यावर एकदम लूब्ध होता. तिच्याशिवाय त्यालां करमत नसे. परंतु इतर राण्यांसाठी ही एक पीडादायक गोष्ट झाली होती. त्यामुळे मुरादेवीबद्दल त्यांच्या मनात तिरस्कार उत्पन्न झाला होता. दरम्यान मुरा देवीने एका सुपुत्राला जन्म दिला. दुसऱ्या राण्या अद्याप निपुत्रीक होत्या. त्यानंतर मात्र राण्यांची तिच्या विरूध्द कट रचायला सुरूवात केली. सर्वप्रथम त्यांनी मुरादेवीला किरातराजची दासी पुत्री म्हणून सिध्द केलं आणि दुसऱ्यांदा तिच्या पोटी जन्मलेल्या मुलाचा बाप राजा नसून

दुसराच कोणी आहे असे राजाला पटविले राजाने कसलाही विचार न करता तिच्या मुलाला ठार करण्याचा हुकूम सोडला. राज अज्ञाच ती अमलबजावणी झाली. ज्या सुमात्त्याला नुकतंच युवराज म्हणून घोषित करण्यात आले, तो मोठ्या राणीचा मुलगा आहे आणि तोच थोरला आहे. पुत्र हत्येनंतर राजाचा मुरा देवीवर प्रेम राहीलं नाही. ती राणी सारखीच आहे पण राजाच्या नजरेत तिची काही किंमत नाही आहे. आता मुरादेवी ज्या परिस्थितीत जगते आहे ते तर दासीने तुमच्यासमक्ष सांगितलेच आहे'.

हे ऐकत असतांना चाणक्याला मध्येच हसू आलं, 'जशी परमेश्वराची इच्छा. मुरा देवीला जे योग्य वाटेल ते ती करीलच. मला त्याचं काय. मी पडलो परगावचा ब्राह्मण' असे म्हणून चाणक्य झोपायला निघून गेला. परंतु त्याच्या डोळयात कुठे होती झोप? आपल्या बिछाण्यावर बसून तो स्वतःशी पुटपुटत राहीला. मुरा देवीला विश्वासात घेतलं तर काय होऊ शकतं. पण कसं....? दासीची मदत या कामी होऊ शकते. मुरा देवीला मी सांगू शकतो की चंद्रगुप्त तिचाच मुलगा आहे. आणि हे खरे ही ठरू शकते. फक्त तिची खात्री पटवून द्यावी लागेल की तो तिचाच मुलगा आहे. तिचा मुलगा आश्रमात आहे. त्याला मगधाच्या सिंहासनावर बसविण्यासाठी मला मदत कर. एकदा का मुरा देवीचा माझ्यावर विश्वास बसला की, चंद्रगुप्ताचे सम्राट होणे सोपे होईल. फक्त तिला पटवून द्यावे लागेल की, तिच्या मुलगा जिवंत असून माझ्या जवळ आहे. परंतु त्यासाठी त्या दासीला विश्वासात द्यावे लागेल. भन्तेसोबतही मैत्रीपूर्ण व्यवहार ठेवावा लागेल. कारण तोच माझ्या ओळखीचा महत्त्वपूर्ण व्यक्ती आहे. काही अधिकारीही त्याचे आता शिष्य झाले आहेत.... पण हे सारं कसं होईल...? काय योग्य राहील.... काय अयोग्य ठरेल'.... चाणक्याला त्या रात्री रात्रभर झोप लागली नाही. पूर्ण रात्र डोळयात गेली.

सकाळ झाली त्याला वाटलं आजची सकाळ त्याची प्रतिज्ञा पूर्ण करण्यासाठीच झाली आहे. तो सकाळचा आळस झटकत बोलला, 'रात्रभर जागण्याचे काही दुःख नाही. धनानंद आणि त्याच्या मुलांचा सर्वनाश तसेच चंद्रगुप्ताला राजा करेपर्यंत झोप नाही आली तरी हरकत नाही, मला माझी प्रतिज्ञा पूर्ण करण्याचे पडले आहे, इतके बोलून तो बिछाण्यातून उठला.

चाणक्याला काय करावं हेच समजत नव्हतं. त्याच्या डोळयासमोर ती

दासी, मुरा देवी आणि चंद्रगुप्त याच्याच प्रतिमा दिसत होत्या. तो याच विचाराम गढला होता की, दासीला विश्वासात घेऊन मुरा देवीला कसं भेटता येईल. तिला हे सांगता येईल की, तुझा पुत्र मृत झालेला नसून चंद्रगुप्त हाच तुझा मुलगा आहे.

चाणक्याच्या डोक्यात हेच विचारचक्र चालू होते, हा विचार करतच त्याची इतर कामे चालू होती. भन्तेने भोजन पाठविल्यावर कालच्या सारखं त्याने केलं नाही. भोजनानंतर चाणक्य भन्तेकडे गेला तर भन्ते पत्रलेखनात मग्न होते. चाणक्य शांतपणे जवळ जाऊन बसला, इतक्यात एका शिष्याकडे इशारा करत भन्ते म्हणाले, 'उपासक, हे पत्र गुप्तपणे राजमहालात जाऊन त्या वृंदा नावाच्या दासीला देवून ये'.

चाणक्य त्वरेने बोलला, 'भन्तेजी आपली परवानगी असेल तर मला आपल्या शिष्यासोबत जाऊ द्या. शहर पहाण्याची तीव्र इच्छा होती भिख्खूला थोडी शंका आली.

हुशार चाणक्य आपला पवित्रा बदलत बोलला, 'आपले माझ्यावर खूपच उपकार आहेत. तसा माझ्यावर विश्वास नसेल तर मी आग्रह करणार नाही. परंतु माझ्या तर विश्वास ठेवा. आपण माझ्यासाठी इतके केलं आहे. तर आपल्याला आपल्या कार्यात मदत करण्याशिवाय दुसरे काहीही करणार नाही'.

भिख्खुचा चाणक्यावर विश्वास बसला. भन्ते म्हणाले, 'उपासक, यांनापण सोबत घेऊन जा. फक्त एकच काळजी घ्यायची आहे, दासीला हे पत्र गुप्तपणे द्यायचे आहे.'

चाणक्याला अतिशय आनंद झाला आणि तो त्या शिष्यासोबत गेला.

शिष्याने चाणक्याला वाटेत अनेक ठिकाणं दाखवली. ते दोघे एका ठिकाणी पोहोचल्यावर चाणक्य त्या ठिकाणाची माहिती घेऊ लागला. परंतु राजा धनानंदाचे नाव घेतल्यावर त्या शिष्याच्या चेहऱ्यावर उदासिनता दिसली. धनानंदाच्या संदर्भात वाईट बोलू लागला. धनानंदासारखा दुराचारी आणि अन्यायी राजा दुसरीकडे असणार नाही. तो एक नंबरचा हट्टी आणि सत्यापासून दूर असणारा राजा आहे. निर्दोष असतानाही त्याने मला शिक्षा दिली होती. या नगरीत एकही माणूस त्याला चांगलं म्हणणार नाही'.

चाणक्याला अचानक हसू आलं. 'शिष्या! तू तर राजावर खूपच नाराज दिसतोस. तुझे बोलणे ऐकूण असे वाटु लागले आहे की, तुला संधी

मिळाली तर राजाचा क्षणार्धात सर्वनाश करून टाकशील.

'अगदीच बरोबर धनानंदासारख्या मूर्ख आणि अंध राजाचा सर्वनाश करावा असे कोणाला बरे वाटणार नाही. राक्षस नावाचा एका व्यक्तीमुळेच हे राज्य व्यवस्थित चालू आहे आणि त्याच्यामुळेच धनानंदाचे कोणी काही करू शकत नाही. एकदा दासीने मला सांगितले होते की, मुरादेवी सारखी दुसरी राणीच नाही परंतु राजाने तिच्यासोबतचे केवळ नातेच तोडले नाही तर तिला कैदखान्यात टाकले होते. सुमाल्य याला युवराज करण्याच्या प्रसंगी तिला मुक्त करण्यात आले होते'.

'तर मुरादेवी इतकी चांगली आहे? मुरादेवीचे गुणगाण तर मी प्रत्येकाकडून ऐकतो आहे. तिला भेटण्याची माझी तीव्र इच्छा आहे'. चाणक्य असे म्हणताच शिष्या तात्काळ म्हणाला, 'भेटूनच घ्याना मग प्रत्येक मंगळवारी ती शिव मंदिरात येते. सायंकाळी ती येईल त्यावेळी भेटून घ्या'.

अवश्य, चाणक्य खुश झाला. बोलता बोलता राजवाडा आला. शिष्य त्याला बाहेरच थांबा मी आत मध्ये जाऊन येतो. असे सांगू लागला. चाणक्य मोठ्या नम्रपणे म्हणाला, 'तुला असे वाटते काय की, माझ्यामुळे काही गुप्तगोष्टी बाहेर येतील? असे अजिबात होणार नाही, कारण त्या पत्रात काय लिहीले आहे ते सारे मला माहित आहे. ती दासी मी असतानाच आली होती. माझ्या समोर सर्व गोष्टी झाल्या आहेत. मी इथे एकटा बसून काय करू. मला देखील आतमध्ये येऊ दे'.

'ठीक आहे, आपली इच्छाच असेल तर चला, पण इथे तर माझाच प्रवेश कठीण आहे. आपल्या दोघांना कसा प्रवेश मिळेल?' शिष्याने शंका उपस्थित केली. 'माझ्यासारख्या ब्राह्मणाला कोण बरे अडवील. चल, ती दासी मला पहाताच ओळखील. माझं येणं तिला आवडेल' चाणक्याने त्याला चांगलेच पटवले. शिष्याचे काही एक चालले नाही. चाणक्य त्याच्यासोबत गेलाच ते आत जाताच ती दासी दाराजवळच दिसली. शिष्याने ते पत्र दिले. चाणक्याला पाहून दासी म्हणाली, 'भन्तेजीचा स्वभाव तुम्हाला देखील आवडलेला दिसतोय. आपण शिष्या सोबत आलात, बरे वाटले, मला याचा आनंद वाटतो आहे की, भन्तेजीचे हितचिंतक वाढत आहेत'.

दासीचे बोलणे संपताच चाणक्य शिष्यासोबत बाहेर आला. चाणक्य खुश झाला होता कारण दासीचा त्याच्यावर थोडाफार का होईना विश्वास बसला होता.

6

वृंदा ते पत्र वाचण्यासाठी बैचेन होती. तिला अजिबात असे वाटत नव्हते की, मुरा देवीला थोडाही त्रास व्हावा. अगोदरच तिने अनेक संकटे झेलली होती. इतकेच काय तुरूंगवासही अनुभवला होता. हा सगळा विचार करत ती ते पत्र वाचण्यासाठी एका कोपऱ्यात आली. पत्रामध्ये लिहीलं होतं, 'मी व्दिधा मनस्थितीत आहे, मला तू पुन्हा एकदा भेट मग मी तुला सांगेल की मुरा देवीला कुटे भेटायचे. मुरादेवीवर तुझं पूर्ण लक्ष असू दे. मुरा देवीची मानसिक अवस्था ठीक नाही. ती काहीही करू शकते. मुरादेवीला कोण भेटायला येतं आणि तिला कोण काय बालतं याकडे लक्ष असू दे. काही विशेष असल्यास मला सांगायला विसरू नकोस. पत्र वाचल्यानंतर जाळून टाक मला आशा आहे की, भगवान बुध्द आपल्याला यामधून मार्ग दाखवतील. प्रत्यक्ष भेटल्यावर महत्त्वाचे सांगेन.

पत्र वाचल्यानंतर दासीला थोडसं बरं वाटलं. त्याच रात्री तिनं भन्तेला भेटायचे ठरविले. कोणत्याही परिस्थितीत तिला मुरा देवीला योग्य मार्गावर आणायचे होते. ती तिच्या राणीबद्दल फारच एकनिष्ठ होती. तिच्यावर थोडेही संकटे येऊ नये असे तिला वाटत होते.

राजवाड्यातून बाहेर पडल्यानंतर चाणक्य शिष्यासोबत शहर पाहण्यासाठी गेला. राजघरण्याबद्दल त्याने शिष्याला अनेक प्रकारचे प्रश्नही विचारले. बोलत बोलत ते एका मंदिराजवळ यऊन थांबले. मंदिर कोणाचं होते हे चाणक्याला माहित होतं, तरी देखील त्याने शिष्याला विचारलं, 'हे कोणत्या देवाचं मंदिर आहे?'

शिष्या चाणक्याकडे पहात बोलला, 'ब्राह्मण देव, मला हे सांगताना अत्यंत घृणा वाटते की, हे मंदिर कालीमातेचं आहे, काली मातेची मूर्ती आत आहे. किती तरी प्राण्यांची बळी या मातेसमोर दिल्या गेली असेल आजपर्यंत' हे सांगून शिष्या शांत झाला.

चाणक्य म्हणाला, 'प्राण्याचा बळी देण्याचा प्रकार बंद झाला तर चांगलेच होईल. परंतु काली मातेचं दर्शन करणं काही वाईट नाही. मी तिचा भक्त आहे. तेंव्हा मी तिचे दर्शन करतो' असे म्हणून चाणक्य आत गेला. शिष्याला ते काही ठीक वाटले नाही. बाहेर थांबून तो चाणक्याची वाट पाहू लागला.

चाणक्य बराच वेळ बाहेर न आल्यामुळे शिष्याला चिंता वाटू लागली. गावासाठी नवीन माणूस आहे. माहीत नाही दुसऱ्याच रस्त्याने निघून गेला की, रस्ता विसरला तर भन्तेजी माझ्यावरच नाराज होतील. आणखी थोडं थांबलं पाहिजे. चाणक्य काही बाहेर आलाच नाही, शेवटी वाट पाहून थकलेला शिष्या विहाराच्या दिशेने निघून गेला. जाताना त्याने चाणक्य कुठे दिसतोय काय हे देखील पाहिले.

चाणक्य काही सरळमार्गी माणूस नव्हता. मंदिरात तो यामुळे गेला होता की, शिष्यापासून सुटका व्हावी. या मंदिरात राहण्याची चांगली व्यवस्था होती. तो तिथेच थांबला. शिष्या आपली वाट पहात असेल या गोष्टीची त्याने कसलीच काळजी घेतली नाही. शिष्या आता निघून गेला असेल अशी खात्री पटल्यावरच तो मंदिराच्या बाहेर आला. चाणक्याला एक गोष्ट माहीत होती. ती दासी आज रात्री त्या भन्तेला भेटायला जाणार आहे. म्हणून वाटेतच तिच्यावर आपण आपल्या बुध्दिमत्तेची जादू दाखवावी आणि तिला आपल्या बाजूने करावे या विचारात चाणक्य होता. असा विचार करत तो राजवाड्याच्या जवळ गेला आणि तिची येण्याची वाट पाहू लागला.

रात्र होताच दासी राजवाड्याच्या बाहेर पडली. चाणक्य आता हळूहळू तिच्या मागे मागे जाऊ लागला. वृध्द दासी बरीच दूर गेल्यावर तो दुसऱ्या मार्गाने तिला आडवा येत मोठ्या नम्रपणे म्हणाला, 'आपण इथे! भन्तेजीचे पत्र देवून आम्ही परत जात होतो. वाटेत कालीमातेचं मंदिर दिसलं म्हणून मी दर्शनासाठी आत गेलो. शिष्याची तशी इच्छा नव्हती पण मी गेलो. मंदिराच्या बाहेर यायला मला वेळ लागला. शिष्या वाट पाहून निघून गेला. त्यानंतर मात्र मला रस्ता काही सापडला नाही. आपण यावेळी कुठे निघालात? आपण भन्ते कडे जात असाल तर मलाही सोबत येऊ द्या'.

दासीला चाणक्याची दया आली. ब्राह्मण देव काही काळजी करू नका. मी भन्तेकडेच चालले आहे, चला आपण मार्ग विसरलेले आहात. मी आपल्याला भन्तेकडे घेऊन जाते. त्यांच्या दर्शनासाठीच मी जात आहे.

'काय करणार! हे शहर खूप मोठे आहे आणि मी नवखा. रस्ता विसरलो' असे म्हणत चाणक्य दासी सोबत चालू लागला. चालता चालता चाणक्याने दासीला विचारले 'माते, काल आपण भन्तेजीजवळ जे काही कथन केले ते एकूण मी फारच व्याकूळ झालो आहे. दुःखी झालो आहे. आपण गेल्यानंतर भन्तेजीने यासंदर्भात मला बरीच माहीती दिली. बिचारी मुरा देवी कोणत्या परिस्थितीत असेल. मला तिच्याबद्दल खूप वाईट वाटतं'.

'वाईट तर मलाही वाटतं, परंतु त्यासाठी काही तरी करून बसण्यात

काय अर्थ आहे? यामुळे मुरा देवीचे नुकसानच होईल'

'हे काय बोलत आहात आपण! एखाद्या स्त्रीने प्रतिज्ञा करावी आणि ती पूर्ण न व्हावी असं कधी झालयं? आपण तर मुरा देवीबद्दल चांगल बोललं पाहिजे. मुरा देवीचं सर्व जगच बदलून गेलं. काय हे बदल्याच्या भावनेमुळं झालं नाही? बोलता-बोलता चाणक्य चांगलाच जोशात आला होता.

दासीला त्यांचे बोलणं एखाद्या चमत्कारासारखेच वाटले. मोठ्या आश्चर्याने तिने चाणक्याकडे पाहिले. नंतर म्हणाली, 'हे तर मलाही दिसतय पण आपण काय करू शकतो. राजामुळेच असे घडले आहे. राजाला कोण जाब विचारणार?'

'ईश्वर तर आहे.... भगवान शिवाचे नाव घेऊन कार्यास सुरूवात केली तर कार्य पुर्णत्वास जाईल. दासी शांतच होती. चाणक्य पुढे बोलला, माते् मला तर असे दिसते आहे की, आपण राणीच्या कल्याणासाठी काहीही करू शकता' त्यावर राणी अचानक बोलली, 'काही शंकाच नाही. मुरादेवीच्या कल्याणासाठी मी काहीही करायला तयार आहे. त्या दुःखी राणीचे दुःख दूर करण्यासाठी माझा जीव द्यायालाही तयार आहे'.

'अति उत्तम, स्वामीनिष्ठा असावी तर अशी! एक तू तर आहेस जिने राणीला मनापासून साथ दिली; असं आपल्या बोलण्यावरून वाटते आहे. किती चिंता आहे आपल्याला मुरा देवीची!' चाणक्याने तिला आपल्या शब्दजाळयात अडकवले.

प्रसंशा कोणाला आवडत नाही? दासी मोठ्या उत्साहाने म्हणाली, 'ब्राह्मण देव, मी तर माझं कर्तव्य पार पाडत आहे. हे माझं कार्य आहे'.

आपण दासीला पटविण्यात यशस्वी झालो आहोत हे लक्षात येताच चाणक्य बोलला, 'होय हे आपलं कर्तव्यचं आहे पण आजकाल इतकं कोण करतं कोणासाठी. आपल्या बोलण्यावरून तर वाटते की, राणीसाठी आपण कोणताही त्याग करण्यास तयार आहात'.

'का नाही करणार पण करू तरी काय शकते? राणी म्हणते की, ती नंद वंशाचा सर्वनाश करेल. सिहांसनावर आपल्या माहेरच्या कोणाला तरी बसवेल, पण हे काय बोलणं झालं? असं होणं शक्य आहे का? राणीचा पुत्र जीवंत असता तर वेगळी गोष्ट होती. हा निव्वळ वेडेपणा आहे दासीचे वाक्य अपूर्ण ठेवत चाणक्य बोलला, 'काय म्हणता राणीचा मुलगा जिवंत असता तर आपण तिला मदत केली असती आपली स्वामीनिष्ठा खरोखरच कौतुकास्पद आहे. पुज्यनीय आहे.'

चाणक्याच्या शब्दाने दासी पूर्णतः आतून मोहरली होती.

7

मगध सम्राट धनानंद आज शांत बसलेला होता. त्याने सेवकांना, दासींना सक्त इशारा देवून ठवेला होता की, त्यांनी राजाला एकांताचा आनंद घेऊ द्यावा. भविष्यात काही अनिष्ट होण्याची शक्यता आहे असं राजाला त्या दिवशी का वाटू लागलं कोणास ठावे. त्यांच्या मनाची अवस्था दुःखी-आनंदी अशी होत राहायची चंचल स्वभावाच्या तो आत आहारी गेला होता.

दरम्यान एक दासी हळूच आत प्रवेश करत नम्रपणे म्हणाली, 'महाराज! राजमहालातून एक दासी पत्र घेवून आली आहे. ती म्हणतेय की देवीची आज्ञा आहे. पत्र महाराजांनाच देण्यात यावे. धनानंदाला आश्चर्य वाटले की, यावेळी राजमहालातून पत्र....! काय भानगड असू शकते? धनानंद असा विचार करत म्हणाला, 'दासी! या पत्रासोबत देवीने दासीला पाठविलं आहे!' या पत्रात तीने असं काय लिहीले असणार आहे? धनानंद थोडासा विचलीत झाल्यासारखा वाटला. नंतर शांत बसला. दासी देखील अवाक होऊन उभीच राहीली. राजाच्या मनात अनेक विचारांची घालमेल सुरू झाली. शांतता भंग करीत राजा बोलला, 'ठीक आहे, जा आणि त्या दासीला आमच्याकडे घेऊन ये'.

'जशी आपली आज्ञा महाराज...!' असे म्हणत दासी दरवाज्याच्या बाहेर गेली. आणि मुरा देवीच्या दासीला आत घेऊन आली. दासी नतमस्तक होऊन म्हणाली, 'महाराज, देवीने हे पत्र दिले आहे..... थोडं थांबून ती म्हणाली , राणीने उत्तरही मागीतले आहे'.

राजा धनानंदाची नजर त्या दासीवरच होती. राजा ते पत्र आता वाचू लागला. मी अपेक्षा करते की आपण बरे असावेत. पत्र वाचून राजांना राग येण्याची शक्यता आहे. राजाना एक नम्र विनंती आहे की, एकदा भेटण्याची कृपा करावी. कुमार सुमात्त्याला युवराज करण्याच्या आनंदी

प्रसंगी राजाने मला मुक्त केले त्या अर्थी मला असे निश्चित वाटते आहे की, राजांच्या मनात आजही माझ्याबद्दल प्रेम भावना आहे. मी अजूनही तुमची तिच देवी आहे. आपण माझ्यासाठी तेच प्राणप्रिय आहात...... ही मुरा आजही आपल्यावर तितकीच फिदा आहे...... आपल्यावरील प्रेम कुठेही कमी झालेलं नाही .... महाराज, आपण सर्वशक्तीमान आहात आपण काहीही करू शकता.

तर असे आहे मुरा देवीचे पत्र ..... असा विचार करत धनानंदाने दासीकडे पुन्हा एकदा पाहीलं ती अद्याप उभीच होती. धनानंदाने ते पत्र आणखी एकदा वाचलं त्यानंतर तो म्हणाला, 'तू राणीला जाऊन हे सांग की, आम्ही स्वतः राणीला भेटायला येत आहोत'.

दासी मुरा देवीच्या महालाकडे धावतच गेली. ही आनंदाची बातमी ऐकून मुरा देवी क्षणभर विचलीत अशी झाली. तिचा तिच्या कानावर विश्वास बसेना. तिला हे खरेच वाटेना. पण हे खरे होते. महाराज तिला भेटण्याच्या तयारीला लागले होते. मुरा देवी आता थांबणार कुठे होती. महाराजांच्या प्रतिक्षेत काय करू अन् काय नको असे तिला झाले होते. तिच्या अंगावर जे काही दागिणे होते ते तिने काढून टाकले. एक साधारण अशी सुती साडी तीने परिधान केली. गळ्यामध्ये फक्त एक मोत्याची माळ ठेवली. डोक्याची केसं व्यवस्थित केली. चेहऱ्यावर जो राग आणि बदल्याची भावना होती ती नाहीसी करून विरहात व्याकुळ असलेल्या स्त्रीचे भाव चेहऱ्यावर आणले. असे वाटावे की आपल्या प्रियाला भेटण्यासाठी एखादी तरूणी तत्पर असावी. तिच्या चेहऱ्यावर पूर्णपणे एक प्रियेचे व्याकुळ भाव आले. त्यावेळी ती राजाच्या आगमनाची वाट पाहू लागली. तितक्यात राजा तिच्या महालात दाखलही झाला.

'इथे बसा महाराज, ही मुरा देवी आपल्या आठवणीमध्ये इतक्या दिवस स्वप्नात घालवत होती. मुरा देवीच्या चेहऱ्यावर प्रियेचे व्याकुळ भाव होते' ती पुढे म्हणाली, 'महाराज, मला गुन्हेगार समजून आपण मला आपल्यापासून उतकी वर्षे दूर ठेवले पण आपल्याला काय माहीत मी आपल्या विरहात कसे जळाले ते. मला आता हा दूरावा नाही सहन होत'. असे म्हणत ती राजाच्या चरणावर डोके टेकवत रडू लागली.

धनानंद मेनबत्तीसारखा वितळून गेला. त्याने मुरा देवीला आपल्या

बाहूपाशात घेतले. मुरादेवी तशी नैसर्गिक सुंदर होती. राजा पुन्हा तिच्या प्रेमात पडला. 'देवी तू आजही अप्रतिम आहेस. या कपड्यामध्ये तर तू अधिकच सुंदर दिसत आहेस. 'मीच किती मूर्ख होतो. तुझ्यासारख्या सुंदर स्त्रीपासून दूर राहिलो. 'मुरा देवी उत्तरली, 'महाराज आपल्याला भेटून किती खुश झाले ते आपल्याला समजणार नाही. तुमच्या बाहूपाशातच माझा स्वर्ग आहे. महाराज या दासीला आता आपल्यापासून कधीही दूर करू नका'.

' धमांनद प्रेम व्याकूळ झाला. त्याने तिला उठवत तिच्या कपाळाचे चुंबन घेतले. 'माझे प्राण प्रिये मुरे! आता विनाकारण शोक किंवा पश्चाताप करू नकोस. जे झालं ते फार वाईट होतं. पण जे भविष्यात आहे ते फार सुंदर आहे. माझी बुध्दी बंद पडली होती. तू माझी पहिलीच मुरा आहेस. मला माझ्या त्या कठोर निर्णयाचे दुःख वाटते तशी माझी अन् तुझीही थोडी चूक आहेच.... आता ह्या सर्व गोष्टी विसरून नव्याने सुरूवात करायला हवी... मला मुरे खरेच दुःख होतय. विनाकारण मी तुला शिक्षा दिली'.

'मी नाही असं म्हणू शकत प्राणेश्वर! आपण चुकीचा कसा निर्णय घेऊ शकाल, कदाचित माझ्याच नशीबी हे लिहीलेलं असेल ज्याची शिक्षा मला मिळालेली आहे. स्वतःच्या मनाला आता खाऊ नका... स्वतःला दोष देवू नका. किरातराजची ही कन्या आपल्याला दुसऱ्यांदा मिळवून धन्य झाले.... हेच माझ्यासाठी खूप झाले. आता इतकीच अपेक्षा आहे की, आपले प्रेम सदैव मिळत राहो...'

'उफ मुरा... तू किती रेखीव, सुंदर आणि आकर्षक आहेस. तुझ्याजवळ येऊन माझं मन हलकं झालं. प्रिय मुरे आजची रात्र ह्या गरीब राजाला तुझ्या बाहूपाशात घालवता येईल... माझी इच्छा आहे की, इथेच भोजनही करावे... रात्रभर थांबावे, सारं काही विसरून काही दिवस तुझ्या तहानलेल्या डोळ्यात उतरावं तुला सहवासाच सुख देवून मी केलेल्या चुकीचं प्रायश्चित करू इच्छितो' असे म्हणत राजाने मुरा देवीला आपल्याजवळ ओढलं. कसला चमत्कार झाला आहे आज.... माझी प्रिय मुरा आज मला मिळाली आहे. मी तुझा विचार करायचो तर मला भिती वाटायची पण तू तर माझ्या परत येण्याची वाट पहात होतीस. तुला मिळवून मी आनंदी झालो आहे.... अगदी थोड्या वेळापुर्वीच मी किती दुःखी आणि उदास होतो... तुझी सोबत फारच मोक्षदायक आहे....' मुरे राजा बोलत होता आणि आपल्या योजनेमध्ये आपण यशस्वी झाल्याचा अभिमान मुरा देवीला झाला होता.

8

कुमार सुमात्त्य वगळता राजा धनानंदाला अजून आठ पुत्र होते. ते सर्व एकाच आईच्या पोटी जन्मलेले नव्हते. त्या पुत्रांच्या माता हा विचार करून दुःखी झाल्या होत्या की, राजा पुन्हा त्या मुरा देवीवर फिदा कसा झाला? वेगवेगळा तर्क वितर्क करून त्यांचे डोके बंद पडण्याच्या स्थितीला आले होते. बिचारी दासी खुद्द आश्चर्यचकीत झाली होती की, हे झालेच कसे? कारण मुरा देवीला समजावून सांगूनही ती ऐकत नव्हती आणि आता? अचानक असे काय घडले की, राजघराणे आणि स्वतः राजा तिच्यावर प्रसन्न झाला? राणीचे चांगले दिवस यावेत अशी तिच्या दासीची इच्छा होतीच. ती दासी आता फारच आनंदात होती कारण तिची राणी सुखात होती आणि इतर राण्या जळावू वृत्तीमुळे अधिकच दुःखी झाल्या होत्या. ती वृध्द दासी अचानक स्वतःशी बोलू लागली. 'सवतींचा व्देष जास्त दिवस टिकणार नाही. दोन-चार दिवसात सारं काही व्यवस्थिता होईल. राजाच्या इतर राण्यांमध्ये मुरा देवीचा समावेश होऊन जाईल. असे व्हावे असं मला वाटतच होते. असा विचार करत दासीच्या चेहऱ्यावर आनंद दिसत होता.

मुरा देवी खूप खुश होती. पहिल्याच प्रयत्नात तिला यश मिळेल असे वाटत नवहते. राजा धनानंद आता तिच्या मुठीमध्ये होता. तिच्यावर तो प्रेमही करत होता. परंतु मुरा देवीला एका गोष्टीची जाणीव होती की, जितक्या सहजपणे राजाचं प्रेम तिला मिळू शकतं तितक्या सहज ती त्या पासून दूरही जावू शकते कारण तिथे चुगल्या करणारांचे प्रमाण काही कमी नव्हते. असा विचार करणे माझ्यासाठी महत्त्वाचे आहे. ही संधी जर तिच्या हातून गेली तर तिचं काही खरं नव्हतं. याप्रसंगी मी अधिक सावध आणि राजाच्या जवळ गेले पाहिजे. राजाला ज्या गोष्टी आवडतील त्याच गोष्टी मी केल्या पाहिजेत. मला सवतीच्या भानगडीत पडायचे नाही आहे. आणि त्यांच्या काही प्रश्नांची उत्तरेही द्यायची नाहीत. परंतु आता सवतीची कारस्थाने मी राजाला सांगणार आहे. मुरा आता पाहिली मुरा थोडीच राहीली होती.

१७ वर्षांच्या कारावासाने तिला कुटनीतिज्ञ आणि राजनीतिज्ञ बनवले होते.

याच विचारात गढून गेलेली असताना राजा धनानंदाचे तिथे आगमन झाले. धनानंद पलंगावर येऊन पहूडला. मुरा जवळ बसत त्याची सेवा करू लागली. धनानंद डोळे मिटून तिच्या स्पर्शाचा आनंद लुटत होता. राजा झोपला नाही हे मुरा देवीला माहीत होतं. मुराने एका दासीला जवळ बोलावजे. दासी जवळ येतच मुराने बोलायला सुरूवात केली. 'अरे, दबक्या पायाने का आलीस? माझ्याजवळ असे कोणते महत्त्वाचे काम आहे तुझे? तू हे तर सांगायला आली नाहीस की, एक राणी माझ्याबद्दल काय बोलत होती, नाही का? ह्या सर्व गोष्टीची चर्चा करायला माझ्याकडे आता वेळ नाही. सवतीच्या कोणत्याच गोष्टी मला आता ऐकायच्या नाहीत. त्या सवतीने तर कराग्रहात ठेवले होते. आता कुठे महाराजांची कृपादृष्टी माझ्यावर पडली आहे. तितक्यात ह्या सर्व गोष्टी त्यांना सांगणे उचित आहे का? सवती माझ्या मुळावरच उठल्या आहेत पण मला त्याचं कल्याणच व्हावे असे वाटते. पतिने दूर्लक्ष केल्यावर स्त्रीची काय दशा होते हे दुसऱ्या राण्यांना काय माहीत. हे तर फक्त मलाच माहित आहे. पतीपासून दुसऱ्या राण्यांनी दूर रहावे असे मला अजिबात वाटत नाही. माझी इतकीच इच्छा आहे मला सुख आणि इतर राण्यांना दुःख असं काही महाराजानी करू नये. उभी काय आहेस? मला सवतीच्या भानगडीत पडायचे नाही म्हणून सांगितले ना'. आज मुरा देवीने स्त्रीयांच्या अंगी असणारा एक नखरा दाखवला होता. ती दासी हळू आवाजात सांगू लागली. देवी मी काहीही सांगायला आले नव्हते. कोणत्या गोष्टीवर लक्ष द्यायला हवं हे मी सांगायला आले होते'.

कोणत्या गोष्टीवर लक्ष देण्याची गरज आहे. सांग लवकर, मुरा अधिक जवळ येत बोलली.

देवी त्या दासीने सांगितले आहे की, महाराजांना माहीत करू नका. भानगड न सांगण्यासारखीच आहे. तुमच्यावर इतर राण्यांचा रोष असून त्या राजांना ठार करण्याचा त्यांचा विचार आहे. पण राणीसाहेब आपण हे महाराजांना सांगू नका.

काहीही होणार नाही. तुला दिसत नाही महाराज झोपलेले? मी नाही कशाला घाबरत. जोपर्यंत महाराज माझ्याजवळ आहेत तोपर्यंत त्यांच्या

केसालाही धक्का लागू देणार नाही. आणि हो, तुला आणखी काही सांगायचे आहे का.... मुरादेवी दासीजवळ आली. ती दासी काहीतरी पुटपुटली. मुरादेवी अचानक उत्तेजित झाली. तिचा चेहरा लालबुंद झाला. करड्या आवाजात बोलू लागली. 'सांगतेस काय तू? असे जर असेल ना तर मी राजाचे भोजन तपासूनच त्यांना देईल. मी तर आता असा विचार करू लागलेय की, महाराजांना मी जेवन तयार करून द्यावे. अरे देवा! द्वेष करण्याचा असा अर्थ नाही की, सवतीने राजानाच मारण्याचे षडयंत्र रचावे. अरे देवा आता मी करू तरी काय? माझे प्राणेश्वर कसे सुरक्षित राहतील? मी त्यांना कोठे लपवू?' ती दासी निघून गेली. असे बोलून मुरादेवी अशी चिंतामग्न झाली की, जणू महाराजांची तिला खरोखरच फार चिंता होती.

धनानंद जागीच होता. ती श्वेता नावाची दासी मुरेच्या कानात काय पुटपुटली हे मात्र त्याला समजले नाही. ती काय म्हणाली असेल हे समजून घ्यायला तो बैचेन झाला. पलंगावरून घाबरल्या अवस्थेत उठून बसत तो म्हणाला, 'प्रिय मुरे, मी सारं ऐकलं आहे. पण ती दासी तुझ्या कानात काय पुटपुटली हे मात्र मी ऐकू शकलो नाही. काय सांगितले त्या दासीने...?'

थरथरत्या आवाजात मुरा देवी बोलली, 'प्राणेश्वर, मी आपल्याला सांगू नाही शकणार'.

'का बरं? माझ्याबद्दल तर ती बोलत होती ना? मग मला का नाही सांगत? कसं सांगू तुम्हाला गोष्ट जर खोटी निघाली तर सगळे मलाच दोष देतील. तुम्हीच सांगा, मी कसं सांगू?'

'प्रिय मुरे, मी आहे ना .... हे तू मनाचं थोडचं सांगते आहेस. दासीने जे म्हटले आहे तेच सांगत आहेस. तुझ्यावर आरोप ठेवण्याचा प्रश्नच नाही?'

'पण महाराज मला तर भिती वाटतेय'

'घाबरू नकोस प्रिये... सांगितले ना मी आहे'.

'मी आपल्या आज्ञेच्या बाहेर नाही पण महाराज ह्या गरीब मुरेलाच तुमच्या प्राणाची रक्षा करावी लागणार आहे' हो-हो पण सांगणार की नाही काय झालय ते धनानंद असे म्हणून शांत झाला. पण मुरादेवीने त्याला जे काही सांगितले ते ऐकून धनानंद इतका उत्तेजीत झाला की, त्याचे अंग थरथर कापू लागले.

9

वृंदा काही साधारण दासी नव्हती. तिला काळाचे भान होते. बौध्द भिख्खुंना भेटण्यासाठी ती नेहमीच येत असे आणि तिथेच चाणक्य देखील तिला भेटत असे. अशा तऱ्हेने भिख्खू आणि वृंदा या दोघाबरोबर चाणक्याचे चांगले संबंध प्रस्थापित झाले होते. वृंदा चाणक्याला राजदरबारात प्रवेश मिळवून देण्यास प्रयत्नशील होती. पण चाणक्याला अशा प्रकारे प्रवेश नको होता. मुरा देवीला विश्वासात घेऊन चाणक्याला त्याची योजना तिच्या गळी उतरवायाची होती.

तो एक विशेष दिवस होता. वृंदाचे भिख्खुसोबत दीर्घ चालू होती. अचानक उभी राहून ती बोलली. 'भन्तेजी मी आता गेलं पाहिजे'. जवळच बसलेला चाणक्य देखील उठून उभा राहिला आणि शिवमंदिरात जाण्याच्या बहाणा सांगून पुढे चालू लागला. वृंदा नम्रपणे म्हणाली, 'ब्राह्मण देव आपण रोजच कष्ट घेत आहात मला निरोप देण्याचे, माझ्या सोबत सेवक आहे. आपल्याला त्रास घेण्याची गरजच काय?'

चाणक्य थोडा ओशाळला, 'म्हणू लागला, 'काय करणार, मी तुमचा खूपच आदर करतो शिवाय झोपही काही येत नाही. तुमच्यासोबत थोडे बोलायचे देखील आहे.... तुमच्यासोबत बोललं म्हणजे हलकं हलकं वाटतं... चाणक्याचे बोलणे ऐकूण वृंदाला हसू आलं पण हा ब्राह्मण माझ्यासोबत काय बोलू इच्छितो? आसा प्रश्नही तिला पडला.

थोडे चालून झाल्यावर विचारात गढलेला चाणक्य वृंदेला म्हणाला, 'वृंदे मी, कोण आहे? मी कोठून आलो? कुठे राहतो? मी आजपर्यंत तुला सांगीतले नाही पण आज सांगणार आहे.'

'अहो, मग सांगा ना ब्राह्मण देव.... वृंदा उत्सूकतेने म्हणाली, 'किरतराजने मला इथे एका विशेष कामासाठी पाठविले आहे. मुरा देवीला भेटून मला हे सांगायचे आहे की, मला कोणत्या विशेष कामासाठी पाठविले आहे. तसेच मुरा देवीचे म्हणणे देखील किरतराजपर्यंत पोहचवायचे

आहे. मुरा देवीला एक पत्र देण्याची इच्छा आहे. तुम्ही ते तिला द्या. वृंदे, मुरा देवीच्या दैन्य अवस्थेबद्दल किरतराज अत्यंत नाराज आहेत पण धनानंदाच्या सैनिकी सामर्थ्यापुढे त्यांचे काही चालत नाही. वृंदाला हे ऐकून अतिशय आश्चर्य वाटले की, हा ब्राह्मण आजपर्यंत काही बोलला नाही अन् आज अचानक. असा विचार करत ती काही बोलणार तोच चाणक्य बोलला, 'वृंदे! ही गोष्ट तू भन्तेजीला सांगू नकोस. मी त्यांच्याशी या विषयावर बोललो नाही. किरतराजने मला गुप्तहेर म्हणून इथे पाठविले आहे. ही गोष्ट मी त्यांना कसा सांगू शकतो. एक गोष्ट अनेकांच्या तोंडी होईल. राजापर्यंत जायला कितीसा वेळ लागेल. नंतर मात्र काही खरे नाही, माझा सर्वनाश तर होईलच पण मुरा देवीच्या प्रद्युम्न नावाच्या बंधुवर मगधराज नाराज होतील. मी विचार करूनच ही गोष्ट आपल्या कानावर टाकली आहे कारण आपण मुरा देवीच्या हितचिंतक आहात आणि सेविका आहात. ही गोष्ट आपण कोणालाही सांगणार नाही याची मला खात्री आहे. आपण एकमेव आहात. ज्या मला मुरा देवीला भेटण्याची संधी देवू शकता. सद्या त्या सुखात आहेत पण त्या सुखात असल्याचे मला प्रत्यक्ष पहायचे आहे. कदाचित त्या माझ्याजवळ त्यांच्या आई-वडिलांसाठी काही संदेश देणार असतील. कृपा करून हे पत्र तुम्ही मुरादेवीला द्यावे. आपल्या मुलीला आनंदी पाहून माया देवीला आनंद होईल' कुटनीतिज्ञ चाणक्याने वरील गोष्टी इतक्या सफाई दारपणे आणि घेण्यासारखे काही वाटलेच नाही. चाणक्याच्या समोर एक दासी ती काय! तिला त्याच्या बोलण्यातलं काहीच वावगं वाटलं नाही.

वृंदा अधिकच विचारात गढून जात बोलली, 'ब्राह्मण देव! भन्तेजीला ही गोष्ट सांगण्यात मला काही नुकसानकारक वाटत नाही. तुम्हीच सांगा त्यांना ते कोणालाही सांगणार नाहीत. तुमचे पत्र मी देवीला देईल. परंतु तुम्ही सांगितलेली गोष्ट मी तिला पहिल्यांदा सांगेन मायदेवी तसेच प्रद्युम्नचे सकुशल विचारायला ती स्वतःहून आपल्याकडे येईल. वृंदा सहजपणे सांगून गेल्याचे चाणक्याला हसू आलं. 'वृंदे, राणीचे काम आणि तुम्ही करणार नाही असे कसे होईल. मुरा देवीवरचे प्रेम पाहून मला तर खूपच आनंद वाटतोय. एका दासीमध्ये हे सारे गुण असायलाच पाहिजेत. मी आता भन्तेकडे जात आहे. इतक्या दिवसापासून माझा परिचय मी

लपवून ठेवला होता मला माफ कर. काय करणार अडचण होती माझी. ठीक आहे. मी आपला बराच वेळ घेतला निघतो.... पुन्हा भेटूया.... पत्र देवीला न विसरता द्या.... असं म्हणत चाणक्य वळला आणि चालू लागला. काही तरी आठवल्यालगत मोठ्याने ओरडत म्हणाला, 'वृंदे, राणीला एकटी असताना हे सारं सांग' असे म्हणून आल्या पाऊली चाणक्य परत गेला.

वृंदाला चाणक्याच्या कोणत्याच गोष्टीवर कसालाही सशंय आला नाही. ती तर हा विचार करून खुश झाली होती की, राणीला हे सारं सांगीतले तर राणीला अधिकच आनंद होईल. हाच विचार करत ती महालाच्या प्रवेशद्वाराजवळ आली. मोठ्या ऐटीत महालात दाखल झाली. परंतु मुरादेवीजवळ तर धनानंद बसला होता. आता मुरा देवीला भेटायचं कसं? एक क्षणही मुरादेवी धनानंदाला एकटं सोडत नव्हती. धनानंदाला आपल्या मुठीत ठेवून मनमानी करण्याचा तिचा विचार होता. यासाठी धनानंदावरचे प्रेम प्रदर्शित करणे तिला गरजेचे होते. तशाही परिस्थितीत चाणक्याचा निरोप तिने राणीला दिलाच पण राणीवर या गोष्टीचा काहीही परिणाम झाला नाही.

वृंदाला हे अपेक्षित नव्हते. रात्रीच्या वेळी चाणक्याला भेटून हा वृंतात सांगीतला. त्यालाही राणीच्या या वर्तनाचे खूप आश्चर्य वाटले. तरी देखील चाणक्याने आशा सोडली नाही. काही हरकत नाही. मी तुझ्याजवळ दुसरे पत्र देतो ते पत्र वाचून ती स्वतः मला बोलावून घेईन.

'काही उपयोग नाही' वृंदा म्हणाली, 'फायदा होईल, हे पत्र तुम्ही देवीपर्यंत पोहचविण्याची फक्त व्यवस्था करा. ती मला आवश्य येऊन भेटेन' चाणक्याला नाही म्हणता आले नाही, वृंदाने ते पत्र मुरा देवीच्या हातात ठेवले. सुरूवातीला ती अस्वस्थ झाली. तिच्यावर जादू झाल्यासारखी ती चाणक्याला भेटायला बैचेन झाली.

10

चाणक्याचे पत्र वाचताना मुरादेवी फारच भावनीक होत वृंदाला म्हणाली, 'वृंदे, त्या ब्राह्मणाला माझ्याकडे घेऊन ये, मला भेटायचे आहे त्याला. मुरादेवीच्या बोलण्यावर वृंदाचा विश्वास बसला नाही, त्या पत्रात असे काय होते की, राजाची पर्वा न करता राणी चाणक्याला भेटायचे म्हणते आहे. असा विचार वृंदा देवीने राणीकडे एक कटाक्ष टाकला नंतर म्हणाली, 'त्या ब्राह्मणाला बोलावणार आहेस तर हे तरी सांग की, कधी आणि कोठे आम्हाला भेटता येईल'.

मुरादेवीने ते पत्र पुन्हा एकदा वाचले तिच्या मनात अनेक प्रकारचे प्रश्न उद्भवले, 'वृंदे, हा पत्र लिहीणारा तुला कसा भेटला? त्याला हे कसे माहीत झाले की, तू माझी हितचिंतक आहेस? तो पाटलिपुत्र शहरात किती दिवसापासून राहतो आहे?'

वृंदा मुरादेवीच्या जवळ येऊन कुजबुजली, 'राणीसाहेब शांत व्हा. तो ब्राह्मण भन्तेजीसोबत राहतो आहे. तिथेच त्याच्याशी माझी भेट झाली. यावेळी तो शिवमंदिरात थांबला आहे. बोलता-बोलता त्याला हे समजले की, मी आपली दासी असून हितचिंकही आहे. त्यानंतरच त्याने मला एकांतामध्ये हे पत्र दिले आणि इतर गोष्टी सांगितल्या या मध्ये मला आपले हित दिसले. म्हणूनच त्याचा निरोप मी आपल्यापर्यंत पोहचवला. फक्त एका गोष्टीची काळजी घ्या की, हे कोणाला माहीत होऊन देवू नका'.

हे ऐकून मुरा देवी अधिकच बैचेन झाली आणि म्हणाली, 'वृंदे, आता सर्व गोष्टी मलाच कराव्या लागतील. त्याची इथे राहण्याची व्यवस्था कर. त्यासाठी राजमहालामधील मंदिर ठीक राहील. तो मंदिरात राहील. त्याच्यासोबत सहज चर्चा करता येईल. जसा वेळ मिळेल तसा मी त्याला भेटत राहील. माझ्याकडे त्याला भेटण्यासाठी निश्चित असा वेळ तर नाही'. मुरा देवीने आता कुठे बोलायला सुरूवात केली होती. इतक्यात राजाचे बोलावणे आले. त्या ब्राह्मणासाठी राजमहालामधील मंदिर राहण्यासाठी योग्य राहील, असे सांगून मुरा देवी निघून गेली.

राणीच्या चेहऱ्यावर आनंदाचे भाव पाहून वृंदा निघून गेली. खूप बरं वाटलं. अनेक दिवसानंतर मुरा देवीला प्रसन्न झालेलं पाहिलं होतं. मुरा देवी इतकीच वृंदा देखील चाणक्याला भेटायला उत्सूक दिसत होती. दुसऱ्या दिवशी राणीला न सांगताच वृंदा चाणक्याला भेटायला गेली होती. रस्त्यात तिच्या डोक्यात एकच विचार घोळत होता की, भन्तेजीला हे सारं सांगावे की नाही?

भन्तेजीच्या विहाराजवळ गेल्यावर अवघडल्या गत ती तिथे रेंगाळली, भन्तेजीने जर विचारले की, तू यावेळी कशी काय आलीस? काय काम आहे? तर काय उत्तर देवू? परंतु ती विहारात गेल्यावर तिला दिसले की, भन्तेजी तर बाहेर गेलेत. नंतर मात्र ती तात्काळ शिवमंदिराच्या दिशेने चालू लागली.

चाणक्या कसल्यातरी विचारात गढला होता. तिथे पोहोचताच वृंदा म्हणाली, 'ब्राह्मण देव, कसल्या विचारात बुडाले आहात आपण? चला, मुरा देवीने आपल्याला राजमहालातील मंदिरात थांबण्यासाठी बोलावले आहे. संधी मिळताच ती आपल्याला भेटत जाईल. हे ऐकून पहिल्यांदा चाणक्याला आश्चर्य वाटले नंतर विचारात पडला, ही मुरा देवी मला तिथे बोलावून घेईन याची मला कल्पना नव्हती आता काय करू मी? ज्या राजाचा सर्वनाश करण्याचा संकल्प मी केला आहे. आता त्याच राजाच्या मंदिरात जाऊन रहायचं त्याचं अन्न ग्रहण करायचं आणि त्याच्यात विरोधात कट-कारस्थान करायचं, कोणत्या द्विधा स्थितीत फसलो आहे मी'.

चाणक्या समोर धर्म संकट उभे राहिले. मी एकदा राजसभेत गेलो होतो. तिथे राहीलो तर कोणी न् कोणी मला आवश्य ओळखू शकतो.... काय कारण सांगू मी या दासीला...? असा विचार चालू असताना चाणक्य म्हणाला, यावेळी मी आपल्या सोबत येऊ शकत नाही. सायंकाळच्या वेळी मी येऊ शकतो. आणि देवीला भेटून सकाळ होताच तेथून निघून येईल मी. वृंदे, मंदिरात मला असं नाही थांबता येणार. भोलेश्वराचे मंदिर सोडून तिथे बरं कोण राहील.....'

वृंदा नम्रपणे बोलली, 'परंतु ब्राह्मणदेव वेळ तरी सांगा? रात्रीच्या दोन प्रहरानंतर मी राजमहालाच्या व्दारापाशी उभा आलेला दिसेल. तिथे तुम्ही मला भेटा. त्यानंतर पाहिजे तिथे घेऊन जा. चाणक्याने सर्व गोष्टी आपल्या

मनासारख्या जुळवून आणल्या. हेच तर चाणक्याचे विशेष होते. 'ठीक आहे'. असे म्हणून वृंदा निघून गेली. महालामध्ये परत गेल्यावर मुरा देवीची आणि तिची भेट झाली नाही. सारी व्यवस्था आता तिलाच करायची होती.

चाणक्य राजमहालाच्या द्वारापाशी येताच वृंदाने त्याला मंदिरापर्यंत घेऊन जाण्याचे काम केले. त्यानंतर मुरादेवीला निरोप दिला की, ब्राह्मण देव मंदिरात थांबले आहेत तिची वाट पहात.

राजा ज्यावेळी निद्रेच्या आहारी गेला त्यावेळी रात्री १२ च्या दरम्यान मुरादेवी पायाचा आवाज न करता चाणक्याला जाऊन भेटली त्यांच्यात उशीरापर्यंत चर्चा झाली. चर्चा संपत आल्यावर मुरा देवी चाणक्याला म्हणाली, 'ब्राह्मण देव, मी माझा संकल्प कसा विसरेन तो संकल्प लक्षात घेऊनच मला काम करायचे आहे. त्या दिशनेच माझे प्रयत्न चालू आहेत. याचा परिणाम लवकरच दिसायला लागेल. आपण जे सांगितले आहे; ते जर खरे ठरले तर विचारायलाच नको. ठिक आहे, मला आता निघाले पाहिजे. उद्या देखील ती आपल्याला इथेच आणि यावेळी भेटायला येईल. आपण जरूर यावे, आपल्याला भेटून मला खरोखरच आनंद वाटला'.

वृंदा एक सरळमार्गी बाई होती. धर्माच्या विरोधात किंवा कपट कारस्थानासारख्या भानगडीत पडणे तिला आवडत नाही. तिच्या स्वामीनिष्टेवर कोणीही शंका घेऊ शकरणार नाही. या गोष्टीची कल्पना मुरा देवीला होती की, वृंदा स्वामीनिष्ट आहे पण हा गुण सर्व गोष्टी करण्यासाठी उपयुक्त नाही. म्हणून मुरा देवी इतर दासींचा उपयोग दुसऱ्या कामासाठी करे.

वृंदाचे घाबरणे योग्यच होते. ती स्वतःशी बोलत विचार करू लागली. काय मुरा देवीला आजपर्यंत तिच्या प्रतिज्ञेची आठवण आहे. बंदीग्रहातून बाहेर पडल्यानंतर तिने असे म्हटले होते की, राजाला वश करून त्याच्याकडून तिला पाहिजे ते ती करून घेईल. आश्चर्य आहे. राणी काहीच विसरली नाही. हा विचार करूनच माझ्या अंगावर काटे उभे राहातात मुरा देवी आता ऐकणार नाही. राजवंशाचा विनाश करूनच ती थांबेल आता.

घाबरलेली वृंदा बराच वेळ हाच विचार करत उभी होती.

11

मुरा देवी देखील एक सरळमार्गी स्त्री होती. पण आता ती कपट नाट्यामध्ये इतकी रंगून गेली होती की, धनानंदाला तिचा जराही संशय येत नव्हता. राजाला आता मुरा देवीचा सहवास आवडू लागला होता. राणीचा महाल सोडून ते इतर राण्यांकडे आता जात नसे. तो स्वतःशी विचार करत बोलला 'मी मुरा देवीच्या प्रेमात पडलो आहे. तर इतर राण्या तिच्यावर आणि माझ्यावर जळत आहेत. मला ठार करण्याच्या कारस्थान करू लागल्या आहेत. मला त्यावेळी काय झालं होतं. ज्यावेळी मुरा देवीवर अविश्वास दाखवून तिला बंदिस्त केले होते. आणि तिच्या नवजात शिशुची देखील हत्या केली होती. मला त्या गोष्टीचा आजही पश्चाताप होतो आहे'. हा विचार करत असताना धनानंदाने मुरा देवीला म्हटले, 'षडयंत्रकारी राण्यांना शिक्षा मिळालीच पाहिजे'.

'नाही महाराज! होऊ शकतं की, दासीने काही चूक ऐकलं असेल, काही ठोस पुरावा मिळाल्यावरच आपण काही करावे'. मुरा देवीने आपण किती चांगले आहोत हे दाखविण्याचा प्रयत्न केला. 'महाराज! मला नाही वाटत की, काही ऐकून आपण त्यावर विश्वास ठेवावा आणि कोणाला शिक्षा करावी...'

धनानंदाच्या नजरेत मुरा देवीचा सन्मान अधिकच वाढला राजा तिच्यावर अधिकच प्रभावित झाला. ती म्हणाला, ठीक आहे, तू म्हणतेस तर शांतच बसतो.

'हो महाराज, आपण शांत राहा. काही पुरावा मिळाला तर काही करणे योग्य होईल. मला माहीत आहे. खोट्या आरोपाखाली कैदखान्यात राहणे किती पीडादायक असते ते' असे म्हणत ती धनानंदाच्या कुशीत शिरली.

राजावर मुरादेवीचा आता पूर्ण प्रभाव पडला होता. एका-एकाच्या विरोधात राजाला निर्णय घ्यायला ती आता भाग पाडू लागली होती.

इकडे राणीला भेटून चाणक्य फारच खुशीत होता. त्याच्या इच्छेप्रमाणेच प्रत्येक गोष्ट घडू लागली होती. इतक्या कमी वेळात आपले उद्दिष्ट साध्य होईल असे त्याला वाटले नव्हते. तो स्वतःशी बोलू लागला. मुरा देवीला मी गाजर दाखवले आहे. आता ती मला पूर्णपणे सहकार्य करीन. तिला झालेल्या यातनांचा बदला घेण्यासाठी ती शंभर टक्के प्रयत्न करणार

असली तर आता तिच्या पुत्राला (चंद्रगुप्त) सम्राट करण्यासाठी ती दोनशे टक्के प्रयत्न करील. आता मी राजसभा आणि शक्य झाल्यास राजासोबत सलोख्याचे संबंध प्रस्थापित केले पाहिजेत. परंतु हे कसे शक्य आहे? ते तर मला राजसभेतून अपमानित झालेला आणि राजाला शाप देणारा ब्राह्मण म्हणतील. असं झाले तर मी काय करू? त्यावेळेची गोष्ट त्यावेळी पाहून घेऊ. प्रतिज्ञा पूर्ण करण्यासाठी इतके तर सहन केलेच पाहिजे. परतु सद्या मी कोणता निर्णय घेऊ? मी भन्तेजीला हे का सांगू नये की, किरतराजने मला त्यांच्या पुत्रीची परिस्थिती समजून घ्यायला पाठविले आहे. गोपनीयतेच्या नावाखाली मी त्यांना माझा मूळ परिचय दिला नाही. आता इकडे सर्व ठीक चालले आहे. मुरा देवी आनंदात आहे. माझे काम संपले. मी परत जात आहे, किरातराजने पुन्हा काही निरोप घेऊन पाठविले तर आपल्याला जरूर भेटेन आवश्यकता वाटल्यास त्यांची माफी देखील मागेल, परिस्थितीची ही मागणी आहे, असा विचार करत चाणक्य भन्तेजी जवळ गेला आणि म्हणाला, 'भगवान, मला आपल्याला काही सांगायचे आहे.

'इथे एकात आहेच सांगा'.

चाणक्याने सर्व काही सांगून टाकले आणि माफी देखील मागीतली. भन्तेजी या कुटनीतिज्ञ चाणक्याला समजू शकला नाही आणि म्हणू लागले ब्राह्मण देव, 'यामध्ये माफी मागण्यासारखे तर काहीच नाही. परगावामध्ये आपलं नाव, काम आणि पत्ता न सांगीतलेलाच बरा. आपण एक विद्वान ब्राह्मण आहात. आपण जे काही केले आहे ते नियमानुसारच आहे'.

माफी मिळाली आणि विश्वासही बसला. या दरम्यान वृंदा नावाची दासी आली. तितक्यात चाणक्य म्हणाला, 'याच स्त्रीने मला मुरा देवीला भेटण्यास परवानगी दिली. मी कोन आहे. का आलो आहे, हे सर्व मी पहिल्यांदा यांना सांगितले होते. ही स्त्री महान आहे. यांनी माझी खूप मदत केली आहे'.

आपली स्तुती ऐकून वृंदा पाणी-पाणी झाली होती. कशासाठी आली होती हेच ती विसरून गेली. तितक्यात चाणक्य बोलला, 'भगवान, मला आता आज्ञा द्या. किरातराजने हुकूम केला तर मला पुन्हा इकडे यावे लागेल. आपल्यालाही जरूर भेटेन' असे म्हणत चाणक्य उभा राहिला, तितक्यात वृंदाने विचारणा केली. 'ब्राह्मण देव! चर्चेच्या शेवटी मुरा देवी काय म्हणाल्या होत्या, हे जरा आपण सांगू शकाल का, माझ्या कानावर काही शब्द पडले होते'.

थोडा विचार करून चाणक्य बोलला, 'काहीच तर म्हणाल्या नव्हत्या. मला काही आठवत नाही. त्या हे तर सांगत होती की, त्या सुखी आहेत,

माहेरच्या कोणाला तरी त्यांनी बोलावले आहे. त्याचा भाचा त्यांना भेटायला येईल. इतकीच चर्चा झाली होती. या पेक्षा जास्त त्या काय बोलू शकतात?'

'माझी कानं अजून चांगली आहेत राणीने आपल्या प्रतिज्ञेप्रमाणे कार्य करण्याच्या संदर्भात काही तरी म्हटले होते. मला आठवतं मी व्यवस्थित ऐकलं होतं...' वृंदाने चाणक्याला कोंडीत पकडले.

बुध्दीमान चाणक्य हसू लागला. 'अरे हो! त्यांनी म्हटलं होते की, माहेरचा कोणीतरी माणूस माझ्याजवळ राहणे गरजेचे आहे. सवतींचे काय सांगावे. इतक्या दिवसानंतर राजांचे प्रेम मला मिळाले आहे. अशावेळी माहेराहून कोणी ओल नाही तर त्यांचे तोंड न पाहण्याची मी प्रतिज्ञा घेईन.... कदाचित हेच आपण ऐकले असावे. इतकेच तर त्यांनी म्हटले होते'.

एक कपोलकल्पीत गोष्ट रचून वृंदाला सांगीतली होती पण वृंदाचे काही समाधान झाले नव्हते. ती कसे विसरू शकेल की, कैदेतून बाहेर येताच तिने राजवंशाचा सर्वनाश करण्याची प्रतिज्ञा घेतली होती.

चाणक्याच्या आशा पल्लवीत झाल्या होत्या परंतु अजून अनेक समस्यांना सामोरे जावे लागणार होते. तो दुसऱ्याच दिवशी पाटलिपुत्रहून आश्रमाकडे जायला निघाला. रस्त्यात त्याच्या मनात अनेक विचाराचे तरंग उठत होते.

मुरादेवीला कसे सांगावे की, चंद्रगुप्त तिचा भाचा असून त्यालाच राजपुत्राच्या रूपात येथे घेऊन यावे? परंतु चंद्रगुप्त तर आदिवासी लोकांसोबत वाढला आहे. राजदरबारातील लोकांसोबत तो कसे वागू शकेल? चंद्रगुप्त जन्मल्यापासून झोपडीमध्ये राहतो आहे. त्याला राजमहालात राहण्याची सवय नाही आहे. चंद्रगुप्ताला घेऊन मला तर काही दिवस मगध राज्यात रहायचे आहे, काय करू? माझ्याजवळ धन-संपत्ती नाही आहे. पुढील योजनासाठी मला एका गुप्तहेराची गरज आहे. गुप्तहेर ठेवायचा म्हणजे पैसा पाहिजेच. ठीक आहे! पाहू काय करता येईल ते. चंद्रगुप्त तिथे एकटा आहे. माझ्या नंतर आश्रमाचे काय हाल झाले असतील, कोण जाणे. पुढील कार्य कसे पार पडेल.... पैशाशिवाय कोणतेच काम पूर्ण होऊ शकत नाही....

असा विचार करत चाणक्य आश्रमाकडे चालला होता. आश्रमाच्या जवळ गेल्यावर चाणक्य अचानक विचारात पडला. माझा प्रिय शिष्य कोणत्या परिस्थितीत असेल? मला पहाताच तो किती आनंदी होईल...' असा विचार करत तो आश्रमाच्या थोडा जवळ पोहोचला. तो ज्यावेळी प्रत्यक्ष आश्रमात दाखल झाला. त्यावेळी त्यांना दिसले तिथे तर आनंदी वातावरण दिसले. आनंदाचे काय कारण असू शकते? तिथे त्यांने पाहिले की, चंद्रगुप्त उभा आहे. त्याच्यासमोर काही तरी आहे आणि दुसरीकडे दोन

यवनांना तरूण बांधलेले आहे. चाणक्य हे सर्व पहात असतो. तितक्यात एक शिष्य म्हणतो, 'चंद्रगुप्त! आज गुरूदेव असते तर किती खुश झाले असते. तू महान आहेस चंद्रगुप्त....'

वीरव्रत मी का म्हणतोस 'आपण' असे म्हण, आपण सर्वांनी ही कामगिरी केली आहे. लक्षात ठेव, आपण सर्व एक आहात आणि हीच आपली शक्ती आहे. मित्रानो, ही संपत्ती.... हे यवन, गुरूदक्षिणा म्हणून गुरूदेव आल्यानंतर त्यांना भेट देवू. चंद्रगुप्त असे म्हणताच सर्वजण एकाच स्वरात 'हो' असे म्हणाले.

चाणक्याचे खिन्न मन अचानक आनंदी झाले. इथे तर शौर्य, संपत्ती आणि यवनांच्या गोष्टी होत आहेत. शिष्यांनी इतकी मोठी गुरूदक्षिणा माझ्यासाठी अगोदरच जमा करून ठेवली आहे. चाणक्य थोडा पुढे होऊन पहातो तर दिसते त्याला सोन्याची रास. डोळ्यात आनंदाची लहर उसळून गेली. गुरूदेवांना आश्रमात पाहून शिष्यांना उल्हासित झाले. सर्वांनी गुरूदेवांचे आशिर्वाद घेतले., आसन व्यवस्था करून एक शिष्य म्हणाला, बसा गुरूदेव.

गुरूदेव आसनास्थ झाल्यावर वीरव्रत नावाचा शिष्य म्हणला, आपल्याला विश्वास ठेवणे कठीण होईल, गुरूवदेव .... आज तर चंद्रगुप्तने कमालच केली आहे, आज त्याने पाचशे ग्रीक यवनांवर हल्ला करून त्यांना पराभूत केले आहे. पहा गुरूजी यवन आपले आज कैदी आहेत'.

'गुरूदेव! चंद्रगुप्त मध्येच बोलला, आम्ही सर्वांनी मिळून हे काम केले आहे. वीरव्रताला तर काही समजतच नाही, मला एकट्यालाच त्याचे श्रेय देतो आहे. गुरूदेव ही सोन्याची रास आणि बंदी यवन गुरूदक्षिणा म्हणून आपल्याला समर्पित करीत आहोत. ही किती चांगली गोष्ट आहे की, आपण आजच इथे आला आहात. आपल्याशिवाय आमचे काय अस्तित्व आहे! गुरूदेव! आर्शीवाद देवून आम्हाला उपकृत करा'.

चंद्रगुप्त बोलणे ऐकून चाणक्याचे डोळे भरून आले. तो म्हणाला. शिष्यांनो, तुम्ही सर्वांनी तर माझी चिंताच दूर केली आहे. तुम्हाला माहीत नाही तुम्ही किती मोठे काम केले आहे'.

चाणक्याला आराम करायला कुठे वेळ होता. आश्रमाची सुत्रे वीरवृताकडे सोपविण्याचा विचार करून चाणक्य म्हणाला, 'चंद्रगुप्त माझ्यासोबत येणार आहे, मी लवकरच येथून प्रस्थान करणार आहे. असे म्हणून चाणक्य चंद्रगुप्ताला घेऊन पाटलिपुत्र शहराच्या दिशेने निघाला. काय चालले आहे ते चंद्रगुप्ताला कुठे ठावे होते?

12

चाणक्य पाटलिपुत्रमध्ये आला आणि निःसंकोचपणे राजमहालाच्या दिशेने निघाला. मुरादेवी सोबत त्याची ओळख झालीच होती. आणि मुरादेवीचा प्रभाव इतरापेक्षा जास्त होता. तो सरळ राजमहालात दाखल झाला आणि चंद्रगुप्ताकडे बोट करून म्हणाला,'देवी आपले बंधू आणि आईच्या आशिर्वादाने आपल्या भाच्याला घेऊन आलो आहे. याला दोन-तीन दिवस आपल्याजवळ राहू द्या. तुम्ही एकमेकांना ओळखत नाहीत. याला काहीही विचारू नका. नाही तर हा गोंधळून जाईन'.

मुरा देवीने चंद्रगुप्ताकडे प्रेममय नजरेने पाहिले पण काही बोलली नाही. चाणक्याने एक पत्र राणीच्या हातात टेकवले. पत्र वाचून मुरा देवी म्हणाली, 'ब्राह्मणदेव, चंद्रगुप्ताला पाहून मला फारच बरं वाटलं, आता मी त्याला महाराजांकडे घेऊन जात आहे. आपण पण चला'.

चाणक्याला हे ऐकून कसे तरी वाटले. तो म्हणाला, 'देवी मी पडलो ब्राह्मण... मला कशाला राजाकडे घेऊन जाता. मला फक्त आज्ञा करावी. चंद्रगुप्त आपल्याकडे असेपर्यंत माझे येणे चालू राहील. दोन-तीन दिवसानंतर चुद्रगुप्ताला घेऊन जाईल'. असे म्हणत चाणक्य जायला निघाला असतानाच मुरा देवी म्हणाली, 'कुठे राहाणार आहात आपण? आपल्याला तर इथे कोणी ओळखत नाही. आपण मंदिराच्या महालात काही नाही थांबत? आणि या माझ्या भाच्यासोबत अधिक ओळख व्हावी म्हणून आपल्यालाच मदत करावी लागणार आहे. ब्राह्मण देव मी आपली इथे राहण्याची व्यवस्था करते.'

'देवी हे ऐकून मी धन्य झालो. परंतु क्षणभर विचार करा. मी इथे राहू शकणार नाही. एक तर मी झोपडीत राहणारा मी तिकडे गंगानदीच्या काठावर एक झोपडी तयार केली आहे. मला राजेशाही सुखाची सवय नाही आहे. मला आपण आज्ञा द्यावी. चंद्रगुप्ताला माझा खूप लळा आहे. तो खूप चांगला आहे. आपल्याला त्याचा सहवास निश्चितच आवडेल. मी

त्याचा हात पाहिला आहे. चक्रवती सम्राट होण्याचे सर्व लक्षणं त्याच्यात आहेत. ठीक आहे! चंद्रगुप्त मी निघतो आता तू काही काळजी करू नकोस....' असं म्हणत तो जाण्यासाठी उभे राहीला.

चाणक्याने खरोखरच गंगा नदीच्या किनारी एक पर्णकुटी बांधण्यास आपल्या शिष्यांना सांगितले होते.

सर्वप्रथम मुरा देवीला तर रागच आला, कारण तिचं निमंत्रण नाकारून ४४गी त्या गरीब ब्राह्मणाने धाडस केले होते. पण हा ब्राह्मण लालची नाही याचं तिला समाधान वाटलं.

चाणक्य तेथून सरळ गंगा नदीच्या काठावर आला. पर्णकुटीला पाहून खूपच आनंदी झाला. शिष्य देखील त्याच्याभोवती जमा झाले. पर्णकुटीमध्ये येऊन तो स्थिरावला. रात्र होत गेली तसे शिष्यमंडळी झोपी गेली. पण चाणक्याला कसली झोप येतय. तो विचार करत होता. मुरा देवीला भेटून मी तिच्या मनात बदल्याची भावना अधिकच तीव्र केली आहे. चंद्रगुप्ताची ती डोळयात तेल घालून काळजी घेईल. यात काही संशय नाही पण मला सावध राहिलं पाहिजे, चंद्रगुप्त हे माझं अस्तित्व आहे. त्याला जर काही झालं तर माझी प्रतिज्ञा अपूर्णच राहील ... आता पुढे काय करायचे याचा विचार करणे गरजेचे आहे. म्लेच्छराज पर्वतेश्वराचा प्रतिनिधी येथे आहे. त्याला भेटून जर हे सांगीतले की, पर्वतेश्वर यावेळी हल्ला कराल तर ही संधी चांगली आहे, त्याला हे दखील सांगावे की, किरतराज भील, खासी ही माणसे मदतीला येतील, परंतु यामध्ये धोका देखील आहे. पण तो जर सिंहासनावर बसला तर त्याला तेथून हटविणे कठीण होऊन जाईल. नंतर मी काय करू? सुमात्त्याचा वध करून पर्वतेश्वराच्या माध्यमातून नंदवंशाचा विनाश केला तर कसे राहील किंवा विश्वासघात करून पर्वतेश्वरालाच ठार केले तर? त्याचा पुत्र मलयकेतू अद्याप छोटा आहे, राजा होणार नाही, तरीपण त्याचीही हत्या करू, समजत नाही काय करावं ते? जर मी कुमार सुमात्त्याची हत्या घडवून आणली, भागरायण सेनापतिला आपल्या बाजुने केले किंवा पर्वतेश्वराचे शुभचिंतक मृत्युंजयाला भेटून काही कारस्थान केले तर कसे राहील? भागुरायण तसा ही राजावर नाराज आहे. तो सहजच आपल्या बाजूने होईल. प्रश्न राहीला राक्षसाचा .... तो तर राजनिष्ठ आहे. त्याला आपल्या बाजूने वळवल्या जाऊ शकत नाही.

राजघराण्याबद्दल तो अतिशय प्रमाणिक आहे. माझी प्रतिज्ञा पूर्ण करण्यातला तो सर्वात मोठा अडथळा आहे. राक्षसाची राजनिष्ठा कशी संपवल्या जाऊ शकते? मला तर नंदवंशाचा समूळ उच्चाटन करून त्याजागी चंद्रगुप्ताला आणायचे आहे. तो एकमेव पात्र आहे मगध सिंहासनासाठी. मी त्याला प्रशिक्षित केले आहे. प्रशिक्षित व्यक्तीच सिंहासनावर असावा. मी जनतेमध्ये ही बाब सांगत फिरेन की चंद्रगुप्त कसा सम्राट होण्याच्या लायकीचा आहे. नंदवंशाचा तोच खरा वारस आहे. ज्या बालकाला ठार करण्यासाठी चालवले होते. वास्तवात तो ठार झालाच नाही. ते बालक जिवंत असून तोच चंद्रगुप्त आहे. मी माझी प्रतिज्ञा पूर्ण करण्यासाठी हे सारं करीत असेल तर त्यात वाईट काय आहे? मगधाच्या राजाने भर दरबारात माझा अपमान केला होता. शिवाय मी मगध साम्राज्याच्या हिताच्या दृष्टीनेच हे कार्य करीत आहे. मी जे काही करतो आहे ते ना पाप आहे ना अन्याय'.

अनेक तासापासून चाणक्य असा उलट सुलट विचार करत होता पण निश्चित असं त्याला काही ठरवता आलं नव्हतं. चाणक्याला काही झोप येत नाही. बिछाण्यावरून उठून बसत पुन्हा विचार करू लागला. धनानंदाने माझा भर राजसभेत जो अपमान केला तो मी कसा बरे विसरू? मी आता विष्णुपंत नाही, चाणक्य आहे. विष्णुपंत हे नाव आता मी इतक्या सहजा-सहजी थोडेच धारण करणार आहे. हे नाव आता मी त्यावेळी धारण करेल ज्यावेळी नंदवंशाचा सर्वनाश करीन आणि माझ्या प्रिय शिष्याला चंद्रगुप्ताला सिंहासनावर बसवीन. असा विचार करत करत त्याने आपले पाय जोराने जमीनीवर आदळले. डोळ्यात रागाची भावना होती. भूवया ताणल्या गेल्या होत्या. अचानक त्याच्या असे लक्षात आले की, शिष्य जागे झाले तर त्यांना काय वाटेल. ते म्हणतील की गुरूदेवांचे मन बैचेन झाले आहे. न झोपताच स्वप्नं पाहू लागले आहेत. स्वतःवर नियंत्रण ठेवत मी आता झोपले पाहिजे. परंतु अशा अपमानीत देहासह कसे झोपी जाऊ? आणि खरोखर त्या रात्री तो दिवस उगवेपर्यंत जागीच राहीला. सकाळच्या थंड हवेतही त्याचं शरीर रागाने थरथरत होतं. त्याला वाटत नव्हतं की, क्रोध नष्ट व्हावा आणि प्रतिज्ञा पूर्ण होता होता अपूर्ण राहावी.

13

चंद्रगुप्तामुळे मुरा अतिशय उत्साहित आणि प्रसन्न होती. परंतु अधून मधून ती उदास असायची. माझा मुलगा जीवंत असता तर तो ही इतकाच तरूण असता. तो ही असाच देखणा आणि पराक्रमी असता. या विचारात गढलेली मुरा चंद्रगुप्ताला राजाकडे घेऊ जात म्हणते, 'महाराज, हा माझा भाचा चंद्रगुप्त आहे. माझा भाऊ प्रद्युम्नचा मुलगा आहे. दोन-तीन दिवसासाठी आपल्याकडे तो आहे. असे म्हणत मुराचे डोळे ओले झाले आणि ती रडू लागली.

राजा धनानंदाला आश्चर्य वाटले. 'मुरे यामध्ये रडण्यासारखे काय आहे?' महाराजांचे हे शब्द ऐकून हृदयातील दूःख तीव्र झाले आणि आईची ममता जागी झाली. ती हंबरडा फोडून रडू लागली. धनानंदाने तिला पुन्हा विचारले, 'प्रिये मुरे, तू या बालाकाची ओळख करून दिल्यावर रडू का लागलीस?' मुरादेवी रडत रडत सांगू लागली, 'प्राणेश्वर, मी आपल्याला कसे सांगू की, माझा पुत्र आज जीवंत असता तर....' असे म्हणून आपले डोके तीने धनानंदाच्या खांद्यावर ठेवले, त्याचा खांदा तिच्या असवाने ओला झाला होता. राजाला मुराच्या दुःखाची कल्पना आल्यावर तो बोलला. 'मला नाही वाटत की, या बालकाला पाहून तूला तुझ्या मुलाची आठवण व्हावी, चंद्रगुप्त इथे राहीला तर तुला त्याला पाहून दुःख होईल, त्यामुळे तू त्याला आजच परत पाठवून दे'.

हे ऐकून मुरादेवी अचानक बोलली, 'नाही महाराज, मी माझ्यावर नियंत्रण ठेवील. आता हा आलाच आहे तर कमीत कमी चार दिवस तरी त्याला राहू द्या. मी आपल्याला हात जोडून विनंती करते'.

धनानंद मुरा देवीच्या शब्दापलिकडे नव्हता. मुरादेवीच्या खांद्यावर हात ठेवत राजा बोलला, आजच पाठवून दे असे मी यामुळे म्हणालो की, तुला तुझ्या मुलाची आठवण येऊन तू शोकाकुल झाली होतीस. जितक्या दिवस तुला ठेवून घ्यायचे आहे. तितके दिवस ठेवून घे. तुला त्याचा लळा लागला असेल तर राहू दे.

थोडे थांबून धनानंद बोलला, कुमार सुमात्त्यसोबत हा पण राहील.

राज्यकारभारात याचीही थोडी मदत होईल, मी काही चूक बोलत नाही ना चंद्रगुप्त?' चंद्रगुप्त एक असामान्य बालक होता. तो थोडेसे लाजत म्हणाला, 'आपली इच्छा कसा बरे मी टाळू शकतो. महाराज' राजाला चंद्रगुप्ताची ही शालीनता फारच आवडली. तो चंद्रगुप्ताकडे पहात बोलला. तू तर चांगला वक्ता असण्याची शक्यता वाटते आहे. मी तुला सुमात्त्यकडे पाठविण्याची आताच व्यवस्था करतो.

'नाही महाराज, मुरा देवीने विरोध दर्शवत म्हटले 'हा आज तर आलाय, थकला असेल, आताच तिकडे पाठविण्याची काही गरज नाही'.

माहित नाही पण धनानंद एक सारखा चंद्रगुप्ताकडेच पहात होता. त्याची नजर त्याच्यावरच खिळलेली होती. कदाचित राजा चंद्रगुप्ताच्या रूप आणि तारूण्यावर मुग्ध झाला असावा. मुराला पाहून तो म्हणाला, 'प्रिय मुरे, समजत नाही पण हा बालक मला फारच आकर्षक वाटतोय. त्यांच्याकडे मी आकर्षित होत असल्याचे मला वाटतेय. मी त्याच्यावर मंत्रमुग्ध होऊ लागलोय. माझ्या लक्षात आलय.... बालक दिसायला अगदीच तुझ्यासारखा आहे. मी याला माफ करू शकत नाही.

'आपण हे काय म्हणत आहात महाराज? आताच तर आलाय तो, त्याने तुमची अशी कोणती वस्तू चोरली आहे. ज्यामुळे तुम्ही त्याला माफ करणार नाहीत' असे म्हणून मुरा देवी घाबरून गेली.

धनानंदाने चंद्रगुप्ताकडे हसत पाहिले आणि मुरेकडे पहाताना चेहऱ्यावर शून्यभाव आणला. या बालकाने अशी वस्तू चोरली आहे. जिच्यावर केवळ माझा अधिकार आहे'.

'याला माफ करा महाराज, मी याला सांगेन आपली वसतू परत करायला असे म्हणत मुरा देवी खरोखरच भीतीने थरथर कापू लागली. मुरेच्या चेहऱ्यावर भीती पाहून धनानंदाने सामान्य चेहरा करत म्हटले, 'तू पण बुध्दूच आहेस.... आरसा घेऊन जरा याचा आणि तुझा चेहरा पहा. हे बालक म्हणजे तुझी प्रतिमाच आहे. अगदीच तुझ्या चेहऱ्यातून आल्यासारखा. सर्वप्रथम राजमहालात आली होतीस अगदीच या बालकाप्रमाणे दिसत होतीस.... आता आलं लक्षात. तुझ सौंदर्य चोरण्याचा अपराध केला आहे या बालकाने. असे म्हणत धनानंद मोठमोठ्याने हसू लागला.

मुरा देवीला देखील हसायला आलं. नंतर म्हणाली, 'महाराज, आपण मला तर घाबरूनच सोडलं होतं....'

हे बालक फारच विलक्षण आहे. याच्या चेहऱ्यावरचे तेज सांगत आहे

की, याचे भविष्य उज्जवल आहे.'

'महाराज, याला कोणाची नजर लागू नाही.... हीच माझी ईश्वराकडे प्रार्थना आहे....' असे म्हटल्यावर मुरा देवी हसू लागली त्यावेळी धनानंदाला देखील हसू आलं. 'ठीक आहे चंद्रगुप्ताला तू तुझ्यासोबत ठेवू इच्छित आहेस तर तू आनंदी राहावीस इतकीच माझी इच्छा आहे. माझ्याकडून जी चूक झाली आहे, त्याचा मला नेहमीच पश्चाताप राहील'.

मुरादेवीने स्वतःकडेच चंद्रगुप्ताच्या राहण्याची व्यवस्था केली. त्याला सक्त ताकीद दिली की, त्याला जे काही करायचे आहे ते त्यांनी तिला विचारल्याशिवाय करू नये. कारण इथे कोणावरही विश्वास ठेवल्या जाऊ शकत नाही. 'मी आज्ञेबाहेर कधीच असणार नाही' असे म्हणून चंद्रगुप्ताने मुरा देवीला अधिकच प्रसन्न केले'.

मुराचे दिवस आनंदात जात होते. त्या दिवशी मुरा अशीच महाराजाच्या प्रेमालापात मग्न होती. तितक्यात एक दासी येऊन सांगू लागली. 'देवी! पटराणी सुनंदाने एका दासीला महाराजाकडे पाठविले आहे. तिच्या हातात स्वर्णपात्र आणि पत्र आहे. ती स्वतः आपल्या हाताने महाराजाला देवू इच्छिते, पटराणीने तिला हा आदेश दिला आहे, तुम्हीच सांगा मी तिला काय उत्तर देवू?'

आपला प्रभाव कायम ठेवण्याच्या उद्देशाने मुरा देवी बोलली, 'तिला बिनधास्त येऊ द्या... सर्व राण्यांचा राजांवर समान हक्क आहे, मला नाही वाटत की, माझ्यासारखा त्यांना बंदीवासाचा अनुभव मिळावा'

'मुरे त्याची काही गरज असणार नाही, राजा धनानंद कडक आवाजात बोलला,' ती दासी आतमध्ये येणार नाही. तिने जे काही आणले आहे ते तिने परत घेऊन जावे'.

'हे काही ठिक नाही महाराज दासीला पटराणीची आज्ञा पाळू द्या'. जा दासी, तिला आतमध्ये येऊ द्या'. मुराने असे म्हटल्यामुळे दासी निघून गेली आणि पटराणीची दासी आत आली.

आत येताच दासीने स्वर्णपात्र आणि पत्र राजाच्या चरणावर अर्पित केले. महाराणीने म्हटले आहे की, पत्र वाचा आणि प्रसाद घ्यायला विसरू नका.

'दासी! तू या दोनही गोष्टी परत घेऊन जा. आम्ही कालच राणीला भेटून आलो आहोत. प्रसाद मी नंतर कधी घेईल आणि पत्रही नंतर वाचेल तूर्तास तू हे सर्व घेऊन जा' असे म्हणत असताना राजा क्रोधीत झाला होता.

मुरा देवी मध्येच बोलली, महाराज! हा तर महाराणी सुनंदाचा अनादर

केल्यासारखे होईल. इतक्या प्रेमाने तिने या गोष्टी आपल्यासाठी पाठविल्या आहेत. आपण प्रसाद आणि प्रेमपत्राला नाकारू नका'.

धनानंदाला या गोष्टीचे आश्चर्य वाटले. तुझं काय चालले आहे, मुरे, त्या सगळ्या तुझ्या विरोधात षडयंत्र करत असतात आणि तू आहेस की, त्यांचीच बाजू घेत आहेस'.

मुराला हसू आलं, 'महराज! विनाकारण पतीने सोडून दिल्यावर पत्नीला काय वाटतं, हे मला माहीतय. सुनंदा महाराणी तर खूप चांगल्या आहेत आणि सरळ मनाच्या आहेत त्यांच्या अहिताच्या गोष्टी मी करणार नाही. कधीच नाही'.

धनानंद आता विचारात पडला, मुरा तर एकदम असामान्य स्त्री आहे. तिच्या मनात ना व्देष आहे ना बदल्याची भावना आहे किंवा काही कारस्थान.... ही खरोखरच देवी आहे.... देवी.

ती दासी देखील मुरा देवीच्या अशा वर्तनामुळे प्रभावित झाली होती. महाराज त्या दासीकडे पहात म्हणाले, 'ऐकलस दासी, जाऊन हे सर्व आपल्या राणीला सांग, ज्या मुरेला त्रास देण्याचा त्यांचा उद्देश असतो ती मुरा त्यांच्यावर किती प्रेम करते आहे. केवळ प्रेम' दासी हे सर्व ऐकून चुपचाप महालाच्या बाहेर गेली. ती गेल्यावर पत्र हातात घेऊन मुरा देवी म्हणाली महाराज! मी पत्र वाचू? मुराचे हे शब्द ऐकून राजाने ते पत्र आपल्या हातात घेतले. तू कशाला हे पत्र वाचतेस माहीत नाही. तुझ्या विरोधात काय काय लिहीले असेल मी वाचतो.

दोन शब्दच आहेत पत्रात. हे लाडू व्रताचा प्रसाद म्हणून आहेत. हा तर प्रसाद आहे. प्रसाद ग्रहण करायला काय हकरत आहे? धनानंदाने अर्धा विश्वास ठेवत आणि अर्धी शंका व्यक्त करत म्हटले. एक लाडू स्वर्णपात्रातून काढून तोंडात टाकणार तोच मुरा देवी ओरडली, हे काय करू लागलात महाराज. या लाडूमध्ये जहर आहे.... म्हणाल तर मी सिध्द करून दाखवू?'

'हे तू काय सांगतेस .... प्रसादामध्येही जहर .... विश्वास बसत नाही'.

'हो महाराज... 'असे म्हणत मुराने दासीला इशारा केला की तिने मांजरीला आतमध्ये आणावे.

14

काय करावं हे धनानंदाच्या लक्षात येत नव्हतं. हे सारं काय आहे? लाडूमध्ये जहर असल्याचे मुरा सांगत आहे आणि मांजरीला घेऊन द्यायला सांगितले आहे. असा विचार करत असलेल्या राजाने विचारले, 'मुरे, तुला लाडूमध्ये विष असल्याची शंका का आहे.... हा तर वृताचा प्रसाद आहे ना?'

मुरा देवी बोलण्याच्या मनस्थितीत नव्हती. ती आता मांजर येण्याची वाट पहात होती. तितक्यात मांजरीला घेऊन दासी आत आली.

राजाने लाडूचा एक भाग मांजरीच्या समोर टाकला. परंतु मांजरीने तो काही खाल्ला नाही. त्याला हुंगले आणि तोंड दुसरीकडे केले. मुरेने तोच तुकडा बळजबरीने मांजरीच्या तोंडात कोंबला आणि तोंडावर हात ठवेला. मांजर सुटका करण्याचा प्रयत्न करू लागली. मुरादेवीला ती चावली देखील, पण मुरादेवीने तोंडावरचा हात काही काढला नाही. यामुळे लाडूचा तो तुकडा मांजरीच्या पोटात गेला. तोंडातला उर्वरित लाडू बाहेर टाकत ती पळू लागली. परंतु दूरपर्यंत जाऊ शकली नाही.... तिचे पाऊलं मंदावली आणि म्याऊ म्याऊ करत खाली बसली.

श्वासरोखून राजा हे सारं पहात होता.

मुरा बोलली, 'मांजर काही क्षणातच गतप्राण होईल. स्वर्णपात्रात लाडू पाठवणारी किती मूर्ख आहे. तिला माहीत नाही की, महाराजांची काळजी घेणे आता माझी जबाबदारी आहे. माझ्या जीवावर बेतलं तरी चालेल. परंतु माझ्या प्राणनाथाच्या केसालाही धक्का लागू देणार नाही.... विष किती जहरीले होतं पहा. एव्हाना मांजर गतप्राण झाली ही... मी नसते तर आपण प्रसाद म्हणून सेवन केले असते आणि.... वाक्य अपूर्ण ठेवत मुरा राजाला जाऊन बिलगली. 'महाराज! राज-लोभ, अधिकार-लोभाची भावना एखाद्यामध्ये प्रबळ झाली की, माणूस कोणाची पर्वा करत नाही.....'

तेवढ्यात मांजर मरण पावली. धनानंद मृत मांजरीकडे पहात ओरडला,

तू मला विषयुक्त लाडू पाठवलेत.... तू... ते पण पत्रासोबत... आता तुझी कबर तुझ्या महालामध्येच गाडतो.... तू माझ्या सुमात्त्याची आई आहेस, असे असले तरी मी तुला सोडणार नाही. चंडाळिनी, आपल्या स्वार्थासाठी तू कोणासोबतही न्यायपूर्ण व्यवहार करू शकणार नाही.....'

मुरा देवीच्या अगदीच मनाप्रमाणे झाले होते. ती म्हणाली, 'महाराज घाई करू नका. महाराणीनेच हे सारं केलं आहे याला काही पुरावा नाही. माझ्या बाबतीत देखील आपण मागचा पुढचा विचार केला नव्हता. माझ्या पुत्राची हत्या केली नसती तर त्याने राज्यकारभार सांभाळण्यासाठी मदतच केली असती...शांत रहा आणि गुप्तपणे शोध घ्या गुन्हेगाराचा, नंतर शिक्षा देण्याचा विचार करा.

'मुरे' धनानंद खाजिल झाला, शांत बसू... महाराणीची दासी लाडू घेऊन आली होती. मांजरीने लाडूचा एक लहानसा तुकडा खाऊन प्राणत्याग केला. असे असतानाही तू पुरावा आणि शांत राहण्याची गोष्ट करतेस. मुरे तू कशाची बनली आहेस.

महाराज! निर्दोष असणाऱ्यांना शिक्षा मिळू नये इतकेच मला वाटते. आपण महाराणीला दंडीत केले आणि नंतर आपल्या लक्षात आले की, महाराणी तर निर्दोष होती अगदी माझ्यासारखी... तर आपण स्वतःला माफ करणार.....? 'मुराने समजुत काढली पण धनानंद ऐकण्याच्या मनस्थितीत नव्हता. महाराणी स्वतःच पुरावा आहे. मग शंका कसली?

'महाराज! राणीने स्वतः कुठे लाडू तयार केले असतील. तयार करणाराला तरी काय माहीत.... लाडुमध्ये जहर कधी आणि कोणी मिसळले. या संदर्भात निश्चित असे काही ठरविणे कठीण आहे महाराज! लाडू मध्ये जहर कधी घातले याचा शोध घेणे गरजेचे आहे. महाराज... होऊ शकतं की महाराणीला फसविण्यासाठी दुसऱ्यानेच कोणी लाडू मध्ये विष घातले असेल. काहीही होऊ शकतं. महाराज..... आपण क्षणभर विचार करा. महाराणी स्वतः विष घालून आपल्याला लाडू पाठवतील..... क्षणभर माझाही विचार करा महाराज, महाराणीला काही झालं तर प्रजा हेच म्हणेल की, मुरादेवीला सुमात्त्य युवराज झालेला आवडलं नसल्यामुळे तिने महाराणीची हत्या केली'. मुरा देवीने मोठ्या विश्वासाने आपलं म्हणणं राजाला पटविलं.

'मुरे ..... ना प्रजा तुला काही म्हणेल.... ना मी तुला काही म्हणेल..... आज मी केवळ तुझ्यामुळे जीवंत आहे. परंतु महाराणीला मी सोडणार नाही..... मी तात्काळ आदेश पाठवितो की, तिला जास्तीत जास्त कठोर शिक्षा करण्यात यावी' धनानंद इतका घाबरला होता की, मुरादेवीच्या कोणत्याच गोष्टी मानायला तयार नव्हता.

मुरा हात जोडून उभी राहीली, 'हे महाराज! आपली मुरा पहिल्यांदाच काही मागते आहे. आपण धीर धरा.... मौनामध्येच कोणत्याही गुन्ह्याचे प्रमाण लपलेले असते. हे सारं महाराणीने केले नसून यामागे दुसऱ्याचा कोणाचा तरी हात दिसतो आहे'.

'कोण असू शकतं....? रोषपूर्ण आवाजात धनानंद बोलला.

मला इतक्यात काही सांगता येणार नाही. महाराज, आपण मौन धारण करू शकलात तर खऱ्या गुन्हेगाराचा शोध लागू शकतो. आपण आजारी असल्याचे नाटक करावे. मी देखील सर्वांना सांगेन की, लाडूचे सेवन केल्यापासून महाराज आजारी पडले आहेत' त्यांनतर खरा अपराधी अधिक सक्रीय होईल आणि स्वतः पुढे होऊन अधिक विचारणा सुरू करेल. मग मात्र आपलं शोधकार्य पुर्णत्वास जाईल.... या मांजरीला गुपचाप कुठेतरी फेकून द्यायला सांगते आणि नंतर पहाते की.... महालाच्या आतमध्ये काय चालले आहे. याची उतावीळपणे कोण चौकशी करत आहे.

मुरे, तुला खरोखरच पर्याय नाही आहे. खरा गुन्होगार यामुळे सहजच सापडू शकतो. धनानंदाचे बोलणे संपल्यावर मुरा देवी मांजरीची विल्हेवाट लावायला गेली.

15

मगध सम्राट धनानंदावर मुरा देवीची प्रेमाची जादू झाली होती. तिच्या सहवासात आल्यापासून राज्यकारभाराकडे त्याचे अगदीच दुर्लक्ष झाले होते. मुरा देवी केवळ एका प्रेयशीची भूमिका पार पाडत नव्हती तर पत्नी म्हणून राजाला तिनं परावंलबी केले होते. मुरा देवीच्या सहवासातून बाहेरच पडत नसायचा. युवराज सुमात्त्य अद्याप लहान होता आणि त्याला राज्यकारभारातले बारकावे काही समजत नव्हते. केवळ एकाच व्यक्तीच्या सहभागामुळे राज्यकारभार सुरळीत चालला होता. तो म्हणजे राज्याचा मंत्री राक्षस.... राक्षस हा व्यक्ती विश्वासपात्र तर होताच शिवाय स्वामीनिष्टही होता. त्याच्या सूचनेवरूनच राज्यकारभाराची सूत्रे हलविल्या जात हा राक्षस केवळ राजनिष्टच नवहता तर पूर्ण नंदवंशाच्या हितासाठी सतर्क होता. राजा आणि राज्याच्या हिताच्या दृष्टीने जे काही करावे लागे ते तो करायचा. पूर्ण राज्याला ही गोष्ट माहित होती की, राक्षस जे काही करतो आहे ते राज्याच्या हिताचेच असते. म्हणून तोच लोकांच्या डोळयात सलत होता. राक्षसाचीच प्रत्येक गोष्ट ऐकल्या जायची. भागुरायण सारख्या सेनापतीला ही गोष्ट काही पसंत नव्हती.

एखादा राजा राज्यकारभारात लक्ष घालत नसेल आणि दुसराच मंत्री कितीही योग्य पध्दतीने राज्यकारभार चालवत असेल तर ती गोष्ट इतर मंत्र्याना आवडत नाही. सर्वांना हेच वाटते की, राजाने त्याचं काम पहावं त्याचं कौतूक करावं, त्यांना बक्षीस द्यावं. ज्यावेळी असे घडत नाही त्यावेळी फारच असमाधानकारक परिस्थिती निर्माण होते. चाणक्याला हे सर्व माहीत झाले होते की, राज्याचा कर्ता-धर्ता राक्षस असून इतर अधिकारी त्याची ईर्षा करतात त्यांच्या मनाच्या विरोधात हे सारं चालले आहे. कुटनीतिज्ञ चाणक्याने एका दिवशी भागुरायणला भेटायचे ठरविले त्याला भेटून त्याने हे सांगीतले की, तो प्रद्युम्नच्या मुलाचा शिक्षक असून त्याच्यासोबतच इथे आला आहे.

सेनापती भागुरायणने त्याला आदराने जवळ बसविले, चर्चा केली. चाणक्यासोबत चर्चा करून भागुरायणला इतके हलके वाटले की, तो त्याला त्याच्या पर्णकुटीपर्यंत सोडावायला गेला. तिथे पोहचल्यावर चाणक्याच्या निर्धनतेवर दया आली, दुःख वाटलं. त्याने म्हटले, 'ब्राह्मण देव! दक्षिणा म्हणून काही धन मी आपल्याला देवू इच्छितो'.

काय हे भलतेच? संपत्तीचं काय करायचे आहे मला! दोन वेळेची भाजी-भाकर पुरेशी आहे. ती तर मिळतेय. मी दक्षिणा किंवा मदत असं काही स्वीकारत नाही'.

'महात्माजी! हे ऐकून आपल्याबद्दलचा आदर अधिक वाढला आहे..... आपण खरोखरच महान ज्ञानी आहात, असे म्हणत भागुरायण चाणक्यासमोर नतमस्तक झाला.

या अल्पकालीन भेटीने अशी जादू केली की, भागुरायण चाणक्याला वारंवार भेटू लागला. ही गोष्ट चाणक्यासाठी अतिशय आनंदाची होती. या राज्याचे दोन प्रमुख व्यक्ती होत्या त्यापैकी सेनापती भागुरायण एक होता. त्याच्या हातात सर्व सैनिकी सूत्रे होती. याच भागुरायणने मुरा देवीला राजाच्या स्वाधीन केले होते. मुरा देवीच्या पुत्राला अनैतिक घोषित करून मारण्यात आले होते. तेव्हापासून भागुरायण राजावर नाराज होता. भागुरायणने राजाला खूप समजावून सांगितले होते की, मुरा देवी क्षत्रिय कन्या असून तिच्यापोटी जनमलेला मुलगा म्हणजे तुमची स्वतःची औलाद आहे. आपण आपल्या राजपुत्र आणि पत्नीवर अन्याय करत आहात. परंतु दुसऱ्या अधिकाऱ्यांच्या सांगण्यानुसार राजाने भागुरायणचे काही एक ऐकले नव्हते.

एका दिवशी भागुरायण चाणक्याच्या पर्णकुटीत आला असता, चाणक्याने मुरादेवीच्या संदर्भात विषय काढला. भागुरायण चाणक्याकडे पहात म्हणाला. 'ब्राह्मण देव! मुरा देवीच्या बाबतीत राजाने तिच्यावर अन्यायाच केला आहे. तिला कैदेत टाकले आणि तिच्या पुत्राला ठार केले. असे सांगत भागुरायणने दीर्घ श्वास घेतला. नंतर म्हणाला, 'ब्राह्मण देव! मुरा देवीच्या पुत्राला मी स्वतः पाहिले होते. ते एक तेजस्वी बालक होते. ते असतं तर सुमात्त्य राजपुत्रास संधी मिळाली नसती. मूर्ख राजाच्या लक्षात हे कारस्थान आलं नाही आणि त्याने त्या पुत्राला ठार करायला सांगीतले. या गोष्टीचे मला दुःख होते.

संधी आहे हे लक्षात घेऊन चाणक्य बोलला, 'सेनापती महाशय, आपण एक सत्यवादी व्यक्ती आहात हे पाहून मला बरं वाटलं. राक्षस स्वामीनिष्ट असेल पण सत्यापासून तो किती तरी दूर आहे. सत्यवादी

माणसाला त्याच्या प्रयत्नाचे फळ उशीरा का होईना पण मिळते. आपल्यालाही मिळेल. मुरा देवी आणि तिच्या पुत्राबद्दल आपल्याला आजही आस्था आहे ती पाहून मी आपल्याला काही सांगू इच्छितो'.

'ब्राह्मण देव! सांगाना, चाणक्याकडे पहात भागुरायण म्हणाला, 'मी जर आपल्याला सांगीतले की ते बालक जीवंत आहे तर आपण त्या बालकाच्या बाजूने उभे राहाल...' चाणक्याचे बोलणे अर्धवट ठवेत भागुरायण आश्चर्ययुक्त बोलला' हे आपण काय सांगत आहात?'

'मी खरे तेच सांगतो आहे. ते बालक जीवंत असून मी लवकरच त्याला आपल्यासमोर उभा करणार आहे. परंतु या संदर्भात आपला काय विचार आहे?'

भूवया ताणत भागुरायण म्हणाला, 'जर हे खरे असेल तर मी त्याची मदत करेल. मी त्या पुत्रास चांगले पाहिले आहे. ते जर जीवंत असतं तर आज राज्याची स्थिती काही वेगळी असती.... ते विलक्षणच बालक होते'.

होतं नाही, सेनापती आहे.... आपण त्याला मदत करण्याची गोष्ट करत होता. परंतु त्यासाठी आपल्याला मंत्री आणि राजाच्या विरोधात जावे लागले तर? आपण सेनापती असले म्हणून काय झाले.... सेना तर त्याचाच आदेश मानेल ना?'

भागुरायण आता उत्तेजीत झाला होता. 'ब्राह्मण देव! माझे सैनिक केवळ माझाच आदेश मानतील. मला माझ्या सैन्यावर विश्वास आहे, सैनिक माझ्याविरोधात जाणार नाही. सैनिकानी माझा संदेश मानला नाही तरी माझा आपल्या बोलण्यावर पूर्ण विश्वास आहे. सेनापती महोदय! काही कार्य भावनेच्या बळावर नाही तर जबरदस्तीनेही करावे लागते. सत्य हे सत्यच आहे हे सिध्द करण्यासाठी असत्य मार्गाचाही अवलंब करावा लागतो. सेनापती! आपण जर कारस्थान आणि शक्तीप्रदर्शनाचा आधार घेतला नाही तर त्या बालकाचे रक्षण आपल्याला करता येणार नाही.' चाणक्याने अचूक बाण सोडला होता. भागुरायण बोलला 'आपण एक कुशल राजनीतिज्ञ आणि कुटनीतिज्ञ असल्याचे दिसते आहे. आपलं म्हणणं खरं आहे. वेळ पडल्यास मी या गोष्टींचा आधार घेऊ शकतो. परंतु ते बालकच नाही तर या संर्व गोष्टीला काय अर्थ आहे'.

चाणक्याने आता दुसरा बाण सोडला होता. पर्वतेश्वर हा पाटलिपुत्रचा शेजारी आहे. राक्षसाचे नाव सांगून जर कोणी दूत त्याच्याकडे गेले आणि त्याला सांगितले की त्याने पाटलिपुत्रला घेराव घालावा. मी आपल्याला अंतर्गत मदत करून पाटलिपुत्र आपल्या स्वाधीन करील. स्वतः राक्षासाला

देखील हेच करायचे आहे हे ऐकून पवर्तखर खुश होईल. तो पाटलिपुत्रला घेराव घालू शकतो. कारण त्याचा डोळा पाटलिपुत्रवर आहे. असे जर झाले तर लालचेपोटी पर्वतेश्वर सैन्य घेऊन आल्याशिवाय राहणार नाही. नंतर आपण असे जाहीर करू की, राक्षसाच्या सांगण्यावरून पर्वतेश्वर सैन्य घेऊन आला आहे. कसे राहील असे केले तर? सेना आपल्या हातामध्ये आहे. आपण शांत रहावे त्या मुलाला आपण जनतेसमोर उभे करू आणि सांगू की, हा राजकुमार आहे. ही कल्पना कशी राहील'.

भागुरायणला हसू आलं. कल्पना तशी चांगली आहे. राक्षसाच्या राजनिष्टेवर प्रश्न चिन्ह निर्माण होईल आणि त्याचा अपमानही होईल. परंतु ही युक्ती कुचकामी निघाली तर मी कुठलाच राहणार नाही. ब्राह्मण देव!'

'सेनापती महोदय, आपण चिंता करू नाही! राज्यलोभापायी पर्वतेश्वर सैन्य घेऊन जरूर येईल. राक्षसाच्या सांगण्यावरूनच तो आला आहे ही गोष्ट एकदा का जनतेला माहीत झाली; काय होईल माहीत आहे? आपण फक्त स्वतः आणि सैनिकांना शांत राहण्याचे आदेश द्या. ही युक्ती यशस्वी होणार म्हणजे होणार. आपल्याला काय वाटते?' चाणक्याने आपल्या तीक्ष्ण बुध्दीमत्तेच जाळे सेनापतीवर टाकले होते.

'चाणक्य महोदय! ज्या बालकाला ग्रहीत धरून आपण स्वप्नाचे इमले रचत आहात ते बालक या जगात आहे कुठे? ते जीवंत असतं तर मी जरूर विचारले असते की, राजपुत्र कुठे आहे? ते बालक नसल्यामुळे ह्या सर्व गोष्टी निरर्थक आहेत'.

चाणक्याला आता भागुरायणच्या मनात काय होते याचा अंदाज आला होता, हे लक्षात घेऊन तो बोलला, 'काय आहे. मला लागली आहे कट कारस्थान करण्याची सवय. ह्याच कारणामुळे वेगवेगळया कल्पना करून मनाची समजूत काढतोय. मुरादेवीच्या मुलाबद्दल आपल्याला काय वाटते हेच मला समजून घ्यायचे होते म्हणून मी आपल्याला असे म्हणालो' असे म्हणून चाणक्य शांत झाला आणि भागुरायण आपल्या निवासस्थानाकडे निघून गेला.

घरी जाताच त्याला बोलावण्यासाठी राक्षसाचा दूत आला. तो शांतपणे गेला त्याला भेटायला. राक्षसाच्या समोर जाताच त्याने प्रश्नांचा भडीमार केला 'त्या ब्राह्मणाच्या संदर्भात काही माहीत आहे. तो कुठून आलाय आणि त्याचा उद्देश काय आहे? 'भागुरायणचा चेहरा चांगलाच पडला होता. त्याला काहीच उत्तर देता आले नाही'.

16

राक्षसाच्या प्रश्नांने भागुरायण उत्तेजीत झाला होता. क्रोधावर नियंत्रण ठेवत त्याच्या तोंडातून सहज निघून गेले. 'मंत्रीमहोदय, मला अवेळी बोलावून निरर्थक प्रश्न विचारण्याचा अर्थ काय आहे?'

राक्षस हा एक कुशल मंत्री होता. तो अगदीच नम्रपणे बोलला, 'मी आपल्यावर शंका घेत नाही. सेनापती, मला आपल्याला हे सांगायचे आहे की, मला त्या ब्राह्मणाची शंका वाटते. गुप्तहेरांनी दिलेल्या माहितीमुळे शंकेचे रूपांतर आता खात्रीमध्ये झाले आहे. आपण त्या ब्राह्मणाला वारंवार भेटत असता. त्या ब्राह्मणच्या संदर्भात माहीती विचारण्यासाठीच आपल्याला बोलावले आहे. मला आपल्याबद्दल पूर्ण विश्वास आहे. असे म्हणत राक्षसाने भागुरायणकडे एक नजर टाकली.

राक्षसाच्या बोलण्यावर भागुरायणचा विश्वास बसला नाही. मी त्या ब्राह्मणाला रोज भेटतो तासनतास गप्पा मारतो, हे सारं माहीत करून घेतल्यावरच राक्षसाने मला बोलावले आहे. मला हे सर्व माहीत आहे. पण राक्षसाला मी हे थोडेच सांगू शकतो की, आपल्या मनात दुसरेच काही चालू आहे. असा विचार करत असतानाच भागुरायण बोलला. 'ब्राह्मण विद्वान आहे. शास्त्र आणि वेदांचे ज्ञानही त्याला आहे. एका दिवशी भेट झाली तर आपल्या पर्णकुटीपर्यंत घेऊन गेला. बोलण्यावरून मला तो बरा वाटला. त्यानंतर मी त्याला भेटत राहीलो. यापेक्षा जास्त काही नाही.

राक्षस म्हणाला, 'सेनापती, काय आपल्याला माहीत नाही का की तो ब्राह्मण मुरा देवीच्या माहेराहून आला आहे आणि आपल्यासोबत त्याने एका मुलाला देखील आणले आहे?'

भागुरायण बोलला, 'होय, मी देखील असे ऐकले आहे. आपल्याला हे माहीत असावे म्हणून मी याबद्दल काही बोललो नाही. भागुरायणच्या सांगण्यावर राक्षसाने विचारणा केली आपण हे ऐकलं होतं, मला माहीत नाही'.

'गुप्तहेर पाठवून मी माहिती नाही ठेवत. तो एक ब्राह्मण आहे म्हणूनच मी त्याला भेटत असतो. इतकेच'

परंतु गुप्तहेरांचे असे म्हणणे आहे की, तो ब्राह्मण जसा आहे तसा वाटत नाही. आपल्याला त्याच्याबद्दल खरी माहीती नाही, आपण अडचणीत

सापडू नये म्हणून सावध करण्यासाठी बोलावले आहे. विश्वास बसत नाही की तो ब्राह्मण मुरा देवीच्या माहेराहून आला असेल याच्यावर. मुरा देवीचा भाचा म्हणून जो महालात राहातो आहे त्याच्यावरच माझा विश्वास नाही. मुरा देवीचा तो भाचा असावा असे वाटत नाही. मला तर वाटते की, त्याला पाटलिपुत्र शहरात नाही राहू दिले पाहिजे. तो ब्राह्मण यवनाचा प्रतिनिधी देखील असू शकतो. आपल्याला काय वाटते? त्याच्याबद्दल आपल्या मनात आदर आहे म्हणून विचारतोय'.

भागुरायणला राक्षसाचे बोलणे योग्य वाटले नाही. त्याच्या बोलण्यावर त्याला अधिकच राग आला तो म्हणाला मंत्री महोदय, आपण काहीही करू शकता आणि तितके आपण समर्थ आहात परंतु केवळ आपल्याला शंका आहे म्हणून एका ब्राह्मणाचा अपमान तरी करू नका. आपण मंत्री आहात, आपल्याला समजावून सांगण्याची गरज नाही. त्या ब्राह्मणाकडे कोणत्या दृष्टीने पहायचे हा आपला प्रश्न आहे, माझा तर दोनच दिवसाचा परिचय आहे. या दरम्यान माझ्या इतकेच लक्षात आले की तो या शहरात सहजच राहायला आला आहे. मुरा देवीने त्याला महालात राहण्याचा आग्रह करूनही तो तिथे थांबला नाही. मग सांगा त्याला गुप्तहेर बरे कसे ठरविता येईल. हे पहा त्याच्याबद्दल जी काही माहिती गोळा करायची आहे ती करा. पण काळजी घ्या की, त्या ब्राह्मणाचे काही नुकसान होणार नाही.'

असे म्हणून भागुरायण घराच्या दिशेन निघून गेला. रस्त्यात तो विचार करत होता 'राक्षस तर माझ्यावरही संशय घेऊन माझ्यामागे गुप्तहेर पाठवतोय. अशा मंत्र्यासोबत काम करणे म्हणजे अपमानाचा स्वीकार करणे आहे. याचा अर्थ असा होतो की, जोपर्यंत राक्षस आहे तो पर्यंत मी या शहरात नाही राहिले पाहिजे. माझा व्यवहार अतिशय प्रमाणिक असताना माझ्यावर कोणी संशय घेत असेल तर काय अर्थ आहे? ज्या गुप्तहेराला माझ्या पाळतीवर पाठविले होते. त्याच्या नजरेत माझ्याबद्दल काहीच आदर राहीला असेल? पाटलिपुत्रचा एक चोर आणि मी एकाच लायकीचे झालोत. किती संशयखोर आहे हा राक्षस! चाणक्यासारख्या निर्धन, उत्तम, ब्रह्मनिष्ठ आणि विद्वान व्यक्तीला नष्ट करण्याची भाषा करतोय हा राक्षस. का, तर तो मुरा देवीच्या माहेराहून आला आहे म्हणून त्या ब्राह्मणाने सांगीतलेले तर खरे असेल तर त्या मुलाची बाजू घेऊन या मंत्र्याला माती चारली असती. पण हे शक्य नाही. हिमालयाच्या दाट जगलात ठार केलेलं ते मूल जीवतं असेलच कसे? राजा धनानंदाला राज्यकारभाराचे काही देणे-घेणे नाही त्यामुळे सुमात्त्य असो नाहीतर ते मूल, काय फरक पडतो. असा विचार करत घरी पोहोचलेल्या भागुरायणने जेवन न करताच झोपी जाण्याचा प्रयत्न केला पण झोपही काही आली नाही. सकाळ होताच तो सरळ

चाणक्याच्या पर्णकुटीकडे निघून गेला. रस्त्यात त्याला माहीत झाले की, राक्षसाचे गुप्तहेर त्याच्या मागावर आहेत. त्याला खूप राग आला पण शांत राहिला. चाणक्याच्या पर्णकुटीच्या जवळ गेल्यावर त्याने त्याच्या नोकराला तिथेच थांबायला सांगितले, तो एकटाच पर्णकुटीत गेला. त्याला इतक्या सकाळी आलेलं पाहून चाणक्य म्हणाला, 'सेनापती महोदय! आपण मला भेटायला येताच, पण इतक्या सकाळी याल अशी अपेक्षा नव्हती. आपल्याला भेटून मला खरेच आनंद वाटतो.'

आणि तुमचे बोलणे ऐकून मला शांती मिळते. आता तर आपण माझे गुरूदेव आहात. परंतु आज मी आपल्याला काही विचारायला आलो आहे, आपण त्याचे वाईट वाटून घेऊ नये. असे म्हणत भागुरायण चाणक्याच्या जवळ बेला.

'वाईट! संनापती महोदय! वाईट हा शब्दच माझ्या शब्दकोषात नाही. तेव्हा वाईट वाटण्याचा प्रश्न कुठे उरतो? कसलाही संकोच न करता विचारा'

भागुरायणने विचारले, 'आपण आपल्याबद्दल जी माहीती दिली आहे ती खरी आहे की खोटी? जर खोटी असेल तर मला सांगा मी आपल्याला विनंती करतो'

'सेनापती महोदय! चाणक्य बोलला, 'मी जे सांगीतले आहे ते खोटे कसे असेल? आपल्याला कोणी तरी काही म्हटलेलं दिसतय तेव्हाच आपण असे प्रश्न विचारत आहात. जणु सेनापतीजी मी शहरात नवखा आहे. मला माहीत आहे मंत्र्याने माझ्या मागे गुप्तहेर पाठविले असतील मी समजू शकतो की राजाने सावध रहावे, सद्या राजाची भुमिका राक्षसच करतो आहे. त्यामुळे त्याने असे केले असेल तर त्यात नवे काय आहे? मी का बरे यामुळे घाबरून जाऊ. कर नाही त्याला डर कसली, मला माहीत आहे. हे सारे प्रश्न राक्षसानेच आपल्याला विचारले असतील आणि त्यानेच माझ्यामागे गुप्तहेर सोडले आहेत. मी खरे सांगतो आहे ना?'

सहमत होत भागुरायणने डोके हलविले.

'हो तर सांगा, आपण काही तरी विचारणार होते. चाणक्याने अधिक माहीत करून घेण्यासाठी विचारले.'

भागुरायणने घडलेला सर्व प्रकार सांगीतला. काळजीपूर्वक ऐकून घेतल्यानंतर चाणक्याने म्हटले, सेनापती मला काही सांगायचे आहे, परंतु इथे नाही, आपल्याला दूर जावे लागेल. इथे कोणी ऐकू शकतं. असे म्हणून चाणक्य मनातली मनात हसत होता.

पाहून घेऊ सेनापतीजी कोण कोणाला पाटलिपुत्रामधून काढतो ते.

17

राक्षस मंत्रिमहोदयाचे व्यक्तीमत्व असामान्य असं होतं. त्याचं व्यक्तीमत्त्व आणि चेहऱ्यावरचे भाव दुसऱ्यावर आपला प्रभाव पाडत. राक्षसाचं एक वैशिष्ट्य होतं; तो सामान्य माणूस असो किवा मंत्री असो, दोघांबरोबर एकसारखाच व्यवहार करायचा. त्यामुळे अधिकारी मंत्री आणि कर्मचारी त्याच्यावर नाराज आणि असमाधानी असत.

त्याला एखाद्या विषयावर गंभीरपणे विचार करायचाच झाला तर स्वतःचे निवास्थान हेच उत्तम ठिकाण राक्षसासाठी होते.

आताही तो आपल्या निवासस्थानी बसून कसल्यातरी गंभीर विचारात गढलेला होता. त्याच्यापर्यंत कोणालाही जाता येत नव्हते. मुरा, चंद्रगुप्त आणि चाणक्य त्याच्या डोळयापुढे नाचत होते. तो अचानक स्वतःशी बोलू लागला 'मुरा देवी कैदखान्यातून बाहेर येताच राजावर तर तिने जादूच केलीय. राजाची आणि माझी भेट होणेच कठीण झाले आहे. मुरा देवीने हे केलेच कसे? मला तर काहीच समजू नाही लागले. मुरादेवीच्या प्रेमजाळातून राजा बाहेर पडू शकला नाही तर काहीही होऊ शकतं. परंतु खरी परिस्थीती मी राजाला कशी समजावून सांगू. मुरा देवी तर सावली सारखी राजाच्या बरोबर असते. आता मी मुरादेवीच्या महालातच एखादा विश्वासनीय गुप्तहेर ठेवला पाहिजे. त्यासाठी एखाद्या दासीला फितूर करावे लागेल. मला माहित आहे. या कामासाठी वृंदासारखी दुसरी दासी मिळणार नाही. कारण ती राणीची विश्वासू आणि मैत्रीणही आहे.

राक्षसाचे लक्ष आता चंद्रगुप्तावर केंद्रीत झालं. चंद्रगुप्ताच्या चेहऱ्यावर विलक्षण तेज आहे. त्याला पाहून स्नेह आणि भीती एकत्रच दाटून येतात. चंद्रगुप्त देखणा, तेजस्वी धाडसी, हजरजबाबी आणि सर्व कलामध्ये निपून असा आहे. हे मी पहिलेलं आहे पण तो देखील मुरा देवीच्या आसपास असतो म्हणून त्याला इथे ठेवणे धोक्याचे आहे. चंद्रगुप्तामुळे काहीही अनिष्ट घडू शकतं. परंतु चंद्रगुप्ताचे नुकसान होईल असे मी काहीही करू शकत नाही. कारण आजकाल राजा मुरा देवीवर फिदा आहे. सर्वप्रथम एका गोष्टीचा शोध घेतला पाहिजे की, मुरा देवीच्या बंधूला एखादं मुल आहे किंवा नाही? हा विचार मनात येताच त्याने व्दापालाला आवाज दिला. 'विश्वगुप्ताला बोलावून आण...'

व्दारपाल नतमस्तक होतं बोलला, 'मंत्रीमहोदय, कोणी एक भील

हिमालयातून सम्राटाचे पत्र घेऊन आलाय... आपल्याला देण्यासाठी. हे तर राक्षसाच्या इच्छेप्रमाणचे झाले होते. हिमालयाचा सम्राट तर प्रद्युम्न देव आहे. फारच उत्तम, पाठवून द्या त्याला आत.

आत प्रवेश करताच त्या भीलाने राक्षसाला वंदन केले. हात जोडून नम्रपणे म्हणाला, 'मंत्रीमहोदय, माझ्या महाराजाने हे पत्र आपल्यासाठी पाठविले आहे. उत्तर द्यायचे असेल तर लिहून द्या'.

मंत्री महोदयाने पत्र वाचायला सुरूवात केली. महाराज प्रद्युम्न देवीचे निवेदन! मी माझा मुलगा युवराज चंद्रगुप्ताला पाटलिपुत्रमध्ये काही दिवस राहण्यासाठी आणि तेथील राज्यव्यवस्थेचा अभ्यास करण्यासाठी पाठविले आहे. मुरा देवीवर राजा मुग्ध आहे. हे समजल्यावर खूप समाधान वाटलं. युवराज चंद्रगुप्तासोबत एका साधुसमान पंडीताला पाठविले आहे. आपल्यासारख्या निपून आणि हुशार मंत्र्याची राज्यव्यवस्था पाहून काही शिकेल या आशेपोटीच त्याला पाठविले आहे. आपल्या छत्रछायेखाली ते सुखरूप असतील अशी मी आशा करतो. मंत्रीमहोदय, माझी इच्छा आहे की, चंद्रगुप्ताने आपल्यापासून काही शिकावे. महान चाणक्य अगदीच निर्धन परंतु निष्कपट, अलोभी मनुष्य आहे. ते आपल्याला भेटणार नाहीत म्हणूनच हे पत्र पाठवावे लागले. चंद्रगुप्त तुमचाच तर आहे.

पत्र वाचल्यानंतर राक्षसाला वेगळाच अनुभव आला. तो पुटपुटला मी तर गुप्तहेर पाठविण्याची गोष्ट करतो आहे. ही समस्या तर आपोआपच सुटली. चंद्रगुप्ताचा चेहरा मुरादेवी सारखाच आहे बरोबरच आहे. ते कारण ती त्याची आत्याच आहे ना. एक राजा असणाऱ्या प्रद्युम्न देवाने मला इतके महत्त्व दिले आहे तर मी त्याची अपेक्षाभंग कसा करू? आता मला कसलीही शंका नाही आहे.

त्यानंतर त्याने एक पत्र लिहून भीलाकडे दिले, राक्षसाचा आदेश मिळताच विश्वगुप्त हजर झाला. राक्षसाने प्रवेशव्दार बंद करत म्हटले, 'वृंदा सोबत तुझे काय बोलणे झाले?'

'मंत्रीमहोदय, विश्वगुप्त बोलला, 'मंत्रीमहोदय तुला भेटू इच्छितात असे सांगताच ती घाबरून गेली. मी तिला सांगीतले की, तुझ्या आणि राणीच्याच हिताची गोष्ट करण्यासाठीच बोलावले आहे. तेव्हा कुठे आपल्याला भेटायला ती तयार झाली'.

राक्षस नाराज झाला, 'अरे मूर्खा, वृंदा इकडे मला एकटी भेटायला आली तर कोणालाही शंका होऊ शकते. मुरादेवीला जर माहीत झालं तर दासीला बोलावण्याला काही अर्थ राहणार नाही. तुझ्या पत्नीने तिला माझ्या निवासस्थानी आणले तर कोणालाही शंका येणार नाही'.

'मंत्रीमहोदय, मी समजू शकलो नाही'.

विश्वगुप्तने असे म्हणताच व्दारपालाने येऊन सांगीतले, 'मंत्री महोदय,

एक दासी बाहेर उभी आहे.

राक्षस म्हणाला, 'ठीक आहे, तिला आतमध्ये यायला सांगा'

व्दारपालाने आतमध्ये जायला सांगताच ती दासी आत येऊन उभी राहीली.

तिचा आदर दाखवत राक्षसाने म्हटले, 'आपलं स्वागत आहे, वृंदा देवी! आपण ठीक आहात ना?'

वृंदा हसली, 'मंत्रिमहोदय, दासीला इतका मान-सन्मान देण्याची काय आवश्यकता. आज्ञा ऐकण्याचीच सवय आहे'.

नम्र आवाजात राक्षस बोलला, 'राणीची तबियत ठीक आहे ना?'

वृंदा दबक्या आवाजात बोलली, 'फारच छान मंत्री महोदय! कुठे आपण कुठे मी, दासी आणि मंत्र्यामध्ये काही फरक? आज्ञा काय आहे तेवढे सांगा?'

'देवी, महाराज नेहमीच राणीच्या महालत असतात. राजांना आता आम्हाला भेटताही येत नाही. यासाठीच आपले स्मरण झाले. आपली आपल्या राणीवर फारच श्रध्दा आहे म्हणूनच काही बक्षीस देण्याचा विचार आहे आमचा. सर्वांनाच माहीत आहे की, राजनिष्ट माणसे माझी कमजोरी आहेत, त्यांचा मी खूपच आदर करतो'.

'मी फक्त माझं काम करते आहे आणि माझ्यासारख्या दासीला बक्षीसासारखी गोष्ट कशी पचेल'.

'तुझेच समज! असे म्हणत सोन्याच्या दोन बांगड्या वृंदाच्या दिशने फेकल्या. नाही नाही म्हणत वृंदाने त्या घेतल्या. राक्षस म्हणाला. 'हा विश्वगुप्तच आपल्याला भेटत राहील. तिथे जे काही चालू आहे ते सारं याला सांगत जा. हा मला सांगेल'.

'ठीक आहे,' मी सांगेल आपल्याला, माझं काय जातय असे करून. आपण बोलावले तरी मी येईल.

'परंतु हे कोणाला माहीत नाही झालं पाहिजे'.

'नाही होणार कोणाला माहित, परंतु मी वृंदा नाही, तिची मैत्रीन श्वेता आहे. वृंदानेच मला इकडे पाठविले आहे. इथे आल्यापासून आपण मला वृंदा, वृंदाच म्हणत आहात. मला काही सांगण्याची संधीच दिली नाही; आता कुठे सांगायला संधी मिळाली'.

मंत्रि महोदयाला लागलेला हा एक झटका होता. तिने विश्वगुप्ताकडे एक नजर टाकत म्हटले, एकच आहे, आहे तर मी वृंदाची मैत्रीन आणि राणीची दासी'.

'मी आपले काम करील आता आज्ञा असावी'.

'देवी आपण जाऊ शकता! आज्ञा मिळताच ती राणीच्या रतिनिवासाकडे न जाता दुसरीकडे वळून निघून गेली'.

18

राक्षस मंत्रिमहोदयाच्या शंकेचे आता समाधान झाले होते. आता तो तणावमुक्त स्थितीत बसला होता. तितक्यात व्दारपालाने येऊन सांगितले, 'जयजयकार असो आपला! प्रद्युम्न कुमार चंद्रगुप्त आपल्याला भेटू इच्छित आहेत'.

'राक्षस तात्काळ उठला आणि त्याने चंद्रगुप्ताला आत आणले. मोठ्या आदराने त्याला आपल्याजवळ बसवले. किती दिवसानंतर इकडे आला आहात आपण?'

चंद्रगुप्ताला हसू आलं, 'मंत्रिमहोदय, कालच महाराजांचे पत्र मिळाले, त्यात म्हटले होते की, मंत्रिमहोदयाला भेटून त्यांचे मार्गदर्शन घेत जा. त्यासाठी मी आलो आहे.

राक्षस चंद्रगुप्ताच्या बोलण्यात मुग्ध झाला होता. त्यानंतर बोलला, 'अरे हो, आपल्या महाराजांनी माझ्याकडेही एक पत्र पाठवून तसे कळविले आहे. माझ्या लायक काही काम असेल तर सांगा. मी नाही म्हणणार नाही.... आपली तबियत ठीक आहे ना?'

'ठीक आहे' असे म्हणत चंद्रगुप्त उठला आणि तेथून निघून गेला.

तो गेल्यावर राक्षस पुन्हा विचारात पडला चंद्रगुप्ताचा चेहरा मुरादेवी सारखाच कसा काय दिसतो आहे? हा विचार जास्त वेळ डोक्यात रेंगाळला नाही. आता राक्षसाला एका गोष्टीची चिंता सतावु लागली की, राजा राज्यकारभारात लक्ष का घालत नाही? राज्याच्या भविष्यांसाठी ही गोष्ट चांगली नाही. काय केल्यानंतर मुरादेवीकडे असणारी त्यांची ओढ कमी होईल? दासीकडूनच या संदर्भात काही मार्ग सापडू शकेल हा विचार करत राक्षस उठला आणि राज्यकाराभारांच्या इतर कामात लक्ष घालू लागला.

एका दिवशी श्वेता दासीने मंत्रिमहोदयाला भेटण्याची इच्छा व्यक्त केली. विश्वगुप्ताने हा निराप मंत्रिमहोंदयाला सांगितल्यावर दासीला भेटण्याची परवानगी मिळाली.

ती राक्षसाला त्याच्या निवासस्थानी एकांतात भेटल्यावर तिने सांगितले, 'मुरादेवीला समजणे सोपे नाही, तिच्या मनात काही तरी भयंकर चालले आहे. मला काही माहीत झाले.' तर मी आपल्याला जरूर कळविल.

हे ऐकूण राक्षस बैचेन झाला कसली भयंकर योजना?

मी सांगितले ना, माहीत झाल्यावर सांगेन मलाच त्याबद्दल काही माहीत नाही. मला जाण्याची आज्ञा द्यावी'.

राक्षस तिच्यावर दडपणही आणू शकत नव्हता. कारण ती एक दासी होती. गुप्तहेर थोडीच होती. त्याने तिला जायला परवानगी दिली. परंतु श्वेता गेल्यावर तो चिंताग्रस्त झाला. मुरा देवीने कसली भयंकर योजना तयार केली असेल? ती कोणाला विष देवून तर ठार करणार नाही ना? राजाचा ती बदला घेण्याच्या तयारीत तर नाही ना? असा विचार करून त्याचं मन खिन्न झालं. त्याला स्वतःला आपण किती असहाय्य आहोत असे वाटू लागले.

बसल्या अवस्थेतच तो म्हणाला, 'महाराज भेटायलाच तयार नाहीत. ज्या वेळी काही कारण सांगून भेटण्याची गोष्ट करतो. त्यावेळी तुम्हीच करा, तुम्हाला सगळे अधिकार आहेत; असे सांगून मला गप्प करतात' त्यानंतर त्याने श्वेताला बोलावून आणायला सांगितले. श्वेता आल्यावर तो म्हणाला, 'श्वेता तुझ्यावर एक विशेष कामगिरी सोपवित आहे. हे केलेस तर तुला मोठे बक्षीस मिळेल'.

'आदेश द्या. मी आपली दासी तयार आहे'. 'काम तसे साधरणच आहे हे पत्र महाराजाला द्यायचे आहे. पण मुरादेवी तिथे नसेल अशावेळी हे पत्र तू राजाला दिलेस आणि त्यांनी मला भेटायला बोलावले की, समज तुझे बक्षीस पक्के'.

'मंत्रिमहोदय, हे काम ही दासी मोठ्या हुशारीने करून दाखविल. जीवावर उदार होऊन मी हे काम पूर्ण करील. परंतु हे काम तितके सोपेही नाही कारण मुरादेवी राजाला एक क्षणही एकटं सोडत नाही आणि ती नसताना राजाला बोलणं तर त्यापेक्षा कठीण. देवीची एखादी तरी दासी

तिथे असतेच. या कामात धोका जास्त आहे, हे काम सोपं समजू नका.

असे म्हणत ते पत्र घेऊन ती निघून गेली. परंतु तेथून ती मुरा देवीच्या महालाकडे न जाता दुसरीकडेच गेली. त्यानंतर मुरादेवीच्या निवासस्थाकडे गेली. वाटेत तिला विश्वगुप्त भेटला. त्याने तिला विचारले, 'पत्र घेऊन इकडे कुठे गेली होतीस?'

'तू असा कसा गुप्तहेर आहेस, समजत नाही तुला मंत्र्याच्या घरातून सरळ मुरादेवीच्या महालाकडे गेले तर कोणाला शंका येणार नाहीत. माझ्यावर विश्वास नसेल तर नाही करायचे काम' असे म्हणताना श्वेता नाराज दिसली.

विश्वगुप्ताने तिची समजूत काढून तो पुढे गेला. नंतर थोडसं समाधान झालेली दासी आपल्या महालाच्या दिशेने निघून गेली. राजाला श्वेताने कसे आणि कधी पत्र दिले ते तिलाच माहीत पण दुसऱ्याच दिवशी राजाने राक्षसाला बोलावून घेतले. राक्षसाला खूप आनंद झाला. त्याला नेमकं राजाला काय बोलावं ते समजेना.

दुसऱ्या दिवशी राक्षस राजाला भेटला. राजाने त्याला विचारले, 'आपण ज्या भयंकर षडयंत्राबद्दल लिहीले आहे ते कोण करत आहे? कोणाचा जीव धोक्यात आहे आणि मगधराज्याकडे वाकड्या नजरेने पहाण्याची कोणाची हिंमत आहे?'

नम्रपणे राक्षस म्हणाला, 'महाराज!, मगध राज्याकडे वाकड्या नजरेने पाहण्याची कोणाची हिंमत नाही परंतु पर्वतेश्वर आपल्याला पराभूत करण्यासाठी काही ना काही करतच असतो. परंतु महाराज, आज मी आपल्याच जवळ असलेल्या शत्रूपासून सावध करायला आलो आहे'.

'जवळचे शत्रू! कोण आहे जवळचा शत्रू?' असे म्हणून धनानंद हसू लागला. 'हे आज मी नाही सांगू शकणार पण सावध राहीलात तर चांगलेच' 'होय, मलाही असेच वाटु लागले असुन मी सावध झालो आहे' 'आपण सावध झाला असाल तर मला कसली चिंता?'

'होय, होय मी अगदीच सावध आहे आणि माझे दुसरे सहकारी देखील सावध झाले आहे. आपल्याला चिंता करण्याची गरज नाही'.

'महाराज आपल्या हे लक्षात आल्यानंतर देखील आपण गुन्हेगाराला शिक्षा दिली नाही?'

'मी त्याला पकडू इच्छितो 'परंतु महाराज, शत्रू जर जवळच असेल तर तो कधीही घात करू शकतो. म्हणून म्हणतो त्याला क्षमा करू नका'

'शिक्षा कशी करणार.... त्याच्यावर फक्त शंका आहे'.

'शंका असेल तर शिक्षा करायला इतका उशीर का महाराज?'

'मंत्रिमहोदय, केवळ शंका येते म्हणून एखाद्याला शिक्षा देणे न्याय संगत नाही. याचा माझ्यापेक्षा दुसऱ्याला कसा अनुभव असू शकेल. मला तिच चूक पुन्हा करायची नाही. जिने गुन्हेगाराला शिक्षा द्या म्हणून पुढे यायला पाहिजे तिच तर क्षमा करण्याला आग्रह धरत आहे.'

'महाराज, आदेश असेल तर मी गुन्हेगाराला शिक्षा करू शकतो?'

आपण चिंता करू नका. मुरादेवीपासून मी दीर्घ काळापासुन दूर आहे, मंत्रिमहोदय त्यावेळी आपण देखील चूक काय अन् बरोबर काय हे ठरवू शकला नाहीत. मुरादेवीला कैदखान्यात टाकून दिले. तिच्या मुलाची हत्या केली.... महादेवीच्या सांगण्यावरूनच मी हे सारं केलं. आता ज्यावेळी प्रेमवर्षाव करून तिच्यावर झालेला अन्याय थोडासा कमी करण्याचा प्रयत्न करत आहे. तर त्याच कुलटेने मला ठार करण्याचा प्रयत्न केला. हे ऐकून राक्षसाच्या भूवया ताणल्या गेल्या. त्याला वाटले की काय भलतेच सांगत आहेत महाराज, काय महादेवी महाराजांच्या शत्रू आहेत?

19

भागुरायण चाणक्यापासून फारच प्रभावित होता. राक्षस स्वामीनिष्ट असून सत्यवादी नाही ही चाणक्याची गोष्ट त्याला अधिक आवडली होती. त्याला सत्याची ओळखच नाही. भागुरायणला तर राक्षसाच्या राजनिष्टेवरही शंका होती. चाणक्याला हे सारं माहित झाले होते म्हणून एकीकडे तो खूप प्रसन्न होता तर दुसरीकडे खिन्न होता. कारण त्याच्या गुप्तकारवाया उघड झाल्या तर त्याचं स्वप्नं अपूर्णच राहील. भागुरायण धनानंदाला हरवून त्या जागी चंद्रगुप्ताला बसवायला तयार तर झाला परंतु त्यासाठी त्याची मानसिक तयारी नव्हती. चाणक्याला एका गोष्टीची जाणीव होती की, भागुरायणच्या मनात राजाबद्दल थोडाफार आदर आहे. तो सहजासहजी धनानंदाच्या विरोधात जाणार नाही.

एक दिवशी भागुराण चाणक्याच्या जवळ येऊन म्हणाला, 'मुनिश्रेष्ठ चाणक्य! आपण मागे जे मुरा देवीचं मूल जिवंत असल्याचे बोललात ती गोष्ट जर राजाच्या कानावर टाकली तर आपलं काम होऊ शकतं. त्याच कारण असे की, आजकाल महाराज मुरादेवीवर फारच फिदा आहे. त्याना जर समजले की, चंद्रगुप्त ही त्यांचाच मुलगा आहे तर ते सुमात्त्याला हटवून त्याजागी चंद्रगुप्ताला बसवतील. असे झाले तर आपल्याला इतर मार्गाचा अवलंब करण्याची गरजच पडणार नाही आणि त्यामुळे कोणाचे काही नुकसानही होणार नाही. चाणक्या हे सारं लक्षपूर्वक ऐकत होता. परंतु त्याच्या भुवया ताणल्या जात होत्या आश्चर्य डोळ्यातून बाहेर सांडू लागलं होतं.

भागुरायणचे बोलणे संपल्यावर चाणक्याने खूप हासून घेतलं आणि टाळी वाजवत म्हटले, सेनापती महोदय आपली योजना तर अद्‌भूतच आहे. आपण खरे तर राक्षस ज्या पदावर आहे त्या पदावर असायला हवे होता. आपल्या अशा विचार करण्याला सलामच केला पाहिजे. आपल्याला

काय वाटले. तेव्हापासून ही गोष्ट मी तुम्हाला उगीच सांगतो आहे? परंतु ही गोष्ट पूर्ण करण्यासाठी फारच सावधानता बाळगण्याची गरज आहे. हे तर आपल्याला माहित असेलच. या गोष्टीचा परिणाम काही ही होऊ शकतो. राक्षस आहे ना, तो ही गोष्टी सहजच होऊ देईल का? सुमात्त्याप्रति राक्षसाच्या मनात विशेष आस्था आहे. चंद्रगुप्ताला तो एक दासीपुत्र समजतो तो असे होऊ देईल का? त्या बालकाप्रति त्याच्या मनात थोडी जरी आस्था असती तर बालकाला ठार करण्याच्या कटात सहभागीच झाला नसता. राक्षसाचा पाठींबा चंद्रगुप्ताला असणार नाही कारण तो सुमात्त्यसारखा सरळ आणि मूर्ख नाही आहे. राक्षसाला तर वाटतं की, राजा या पदी असणारा व्यक्ती मूर्खच असायला हवा, कारण तसे असेल तरच सत्तेची खरी सूत्रे राक्षसाच्या हातात असतील आणि त्याला मनमानी करता येईल. राक्षस म्हणायलाच तेवढा राजनिष्ठ आहे, त्याच्या मनासारखे झाले नाही तर कसला राहतोय तो राजनिष्ठ, आपल्याला इतकेच करायचे आहे की, राजा आणि प्रजेने राक्षसावर अविश्वास दाखविला पाहिजे. नंतर आपण दाखवून देऊ राक्षसाला. चाणक्याने किती तरी वेळा हे भागुरायणला सांगितले होते पण तो यामुळे शांत होता की, त्याची ही कृती राजद्रोह ठरविण्यात येईल. त्यामुळे तो अशा कृती करण्याच्या विचारात होता जिला राजद्रोह म्हटल्या जाणार नाही.

चाणक्याने पुन्हा तोच मुद्दा मांडला, 'सेनापती महोदय, जोपर्यंत राजा तसेच प्रजेला राक्षसाचा संशय वाटणार नाही तोपर्यंत असे काही घडणार नाही. राक्षसाचे त्या पदावर असणे आणि त्याच्यावर राजाचा आणि प्रजेचा विश्वास असणे आपल्यासाठी चांगले नाही. ही गोष्ट समजून घ्या.

चाणक्याने अतिशय उत्तम रितीने आपला मुद्दा मांडला होता. भागुरायणला ही गोष्ट चांगलीच भावली की, जो पर्यंत राजा आणि प्रजेला राक्षसाची वर्तणूक संशयास्पद वाटणार नाही. तोपर्यंत काहीही होऊ शकणार नाही.

चाणक्याच्या आता हे लक्षात आले होते की, भागुरायणच्या डोक्यात वेगवान हालचाली चालू आहेत. त्याला वारंवार या गोष्टीची आठवण देत राहिले पाहिजे तर या कामाला गती येऊ शकते. असा विचार करून तो बोलाल 'सेनापती महोदय, संधी कोणाची वाट पहात नाही.... जास्त विचार करून स्मृतीनाश होण्याची शक्यता असते आणि त्यामुळे कार्य

अपूर्णच राहू शकतं. आपण म्हणत असाल तर मी आजच एका कार्याची सुरूवात करू शकतो. राक्षसाचा विश्वासू सहकारी विश्वगुप्त त्याच्यावर नाराज आहे....'

विश्वगुप्त नाराज आहे! विश्वास नाही बसत्त.... भागुरायणला आश्चर्य वाटले. विश्वगुप्त तर राक्षसाचा खास गुप्तहेर आहे. त्याला तर तुम्ही फितूर केले नाही?'

चाणक्याला हसू आलं. 'सेनापतीजी, अशा लोकांना फितूर करायला कितीसा वेळ लागतो. आपल्याला एक महत्त्वाची गोष्ट सांगतो मुरा देवीच्या महालात काय चालले आहे हे समजून घेण्याचा प्रयत्न करण्यासाठी राक्षसाने श्वेता नावाच्या दासीला फितूर केले पण झाले उलटेच, ती तर फितूर झाली नाहीच उलट तिने विश्वगुप्तलाच फितूर केले. विश्वगुप्त आता माझा चांगला शिष्य झाला आहे. मला जे हवे ते मी श्वेता दासीच्या मार्फत विश्वगुप्ताकडून करून घेऊ शकतो. राक्षसाचे सारे पत्र विश्वगुप्तच लिहीत असतो आणि त्याचा शिक्काही विश्वगुप्ताकडेच आहे. पर्वतेश्वराच्या नावाने एक पत्र आपण राक्षसाकडे पाठवू इच्छितो, ते देखील मी विश्वगुप्ताकडूनच लिहून घेणार आहे. काम तर होईल पण कोणाला समजणार देखील नाही. बोला, आपल्याला काय वाटते? आपण म्हणत असाल तर लागू का कामाला? सेनापतीजी! जास्त नका विचार करू. विश्वगुप्त आता माझ्या हातात आहे म्हणून तर हे काम सोपे झाले आहे. जर का तो आपल्या हातातून गेला तर काम अशक्य होऊन जाईल. ही वेळ विचार करण्याची नाही आहे. श्वेताने असे जाळे टाकले आहे की, राक्षसाचे सारे लक्ष राजावर केंद्रित झाले आहे. राजाला मारण्याचा कट रचला आहे असे राजाला वाटु लागले आहे. हिच संधी आहे. विश्वगुप्त आपल्या मुठीत आहे. काहीही करून घेऊ शकतो आपण त्यांच्याकडून. बोला, आपली परवानगी आहे?'

चाणक्याच्या हुशारीने भागुरायण आश्चर्यचकीत झाला होता. तो म्हणाला, गुरूदेव चाणक्य, मी आपला शिष्य आहे. आपण जे म्हणाल ते मी करायला तयार आहे. चंद्रगुप्ताबद्दल आपण मला सांगितल्यापासुन मी आपला अनुयायी झालो आहे. कसलाही स्वार्थ नसतांना एखादं काम महान व्यक्तीच करू शकतो. मी आपल्यासोबत आहे. योग्य तो आपणच निर्णय घ्या. कोणताही निर्णय मला मान्य असेल. भागुरायण हे वाक्य मनापासून बोलला होता.

भागुरायणची सहमती लक्षात घेऊन चाणक्याने विश्वगुप्ताला बोलावून त्याला पत्र लिहायला सांगितले.

पत्र लिहून झाल्यावर चाणक्याने ते पत्र घेऊन जाण्याची जबाबदारी आपल्या एका शिष्यावर टाकली अन् सांगितले 'मित्र! हे पत्र पर्वतेश्वरांना द्यायचे आहे' शिष्य आनंदाने तयार झाला.

चाणक्य आणि भागुरायणला आता प्रतिक्षा होती पत्राच्या उत्तराची. त्यासाठी त्यांची बैचेनी वाढत होती. पत्राचे उतरही शिष्य घेऊन येणार होता. हा शिष्य म्हणजे बौध्द भिख्खू होता आणि त्यामुळे त्याच्यावर संशय घेण्याचा प्रश्नच नव्हता. भागुरायणला मात्र चिंता होती की, पर्वतेश्वर या पत्रावर विश्वास ठेवतो किंवा नाही? विश्वास ठेवलाच तर सैन्य घेऊन येतोय की पत्र वाचून शांत बसतोय.

परंतु चाणक्य काही एकच गोष्ट करून शंत बसणारा व्यक्ति थोडाच होता. त्याने आतापर्यंत भागुरायणला हे देखील सांगितले नव्हते की, मुरा देवीने धनानंदाला ठार करण्याची प्रतिज्ञा केली आहे, त्याची स्वतःची खरी ओळख किंवा त्याचा खरा उद्देश काय आहे. चाणक्य आतापर्यंत गुप्तपध्दतीने काम करीत होता, राक्षस आणि भागुरायण यांच्यात भेद निर्माण होईल इतकीच गोष्ट चाणक्याने सांगितली होती त्या दोघात भेद निर्माण करण्यात चाणक्य यशस्वी झाला होता. त्याचाच परिणाम होता; भागुरायण त्याचा शिष्य झाला होता आणि तो सांगेल तो करायला तयार होता. चाणक्याला उगीच चाणक्य म्हणत नाहीत. त्याच्यासारखी व्युहरचना करणे, कारस्थान करणे कोणालाही करता येण्यासारखी गोष्ट नाही. त्याने जसा विचार केला अगदीच तसे घडले. ही काय कमी आश्चर्याची गोष्ट होती.

20

मंत्रीमहोदय राक्षस आज सकाळपासून बैचेन होता. तो एक राजनिष्ठ मंत्री होता. बुध्दिमान देखील होता. भागुरायण आणि चाणक्य त्याच्या विरोधात कारस्थान करत आहेत याची त्याला अजिबात कल्पना नव्हती. असणार तरी कशी? तो तर महाराजाला कोणी तरी ठार करणार आहे; याच चिंतेत होता. राजा दरबारात येत नाहीत ही त्याच्यासाठी गंभीर बाब नव्हती पण सदान्कदा राणीच्या प्रेमलिलांमध्ये रंगून जाणे काही ठीक नव्हते.

तो बसल्या जागी विचार करत होता. आपले सैन्यबळ इतके मजबूत आणि सुसंघटीत आहे; कोणताही राजा आक्रमण करण्याची चूक करणार नाही. हा काही चिंतेचा विषय नव्हता. मला फक्त चिंता आहे ती राजाच्या सुरक्षेची, मुरा देवी कधीही राजाचा घात करू शकते. पण राजा मात्र दुसऱ्याच राणीच्या माथ्यावर खापर फोडत आहे. काय मुरा देवीचेच तर हे कारस्थान नसेल? राजाचे लक्ष दुसरीकडे केंद्रित करून स्वतःला त्यांच्या अधिक जवळ जाण्याचा तर तिचा प्रयत्न नाही ना? चंद्रगुप्ताच्या संदर्भात जी काही शंका होती ती आता राहीली नव्हती. तो सुमात्याची मदतच करील प्रद्युम्न देवाने पत्रामधून इतका आग्रह केलाच आहे तर त्याला इथे ठेवण्यात काहीच नुकसान नाही. सुमात्त्य चंद्रगुप्ताचा चांगला मित्र होईलच त्यावेळी मुस्लिमावर नियंत्रण ठेवणे सोपे जाईल. मला फक्त एका गोष्टीची चिंता आहे; ती म्हणजे मुरादेवीच्या प्रेम जाळ्यात राजाला मुक्त करणे; हा त्याचा अंतर्गत मामला आहे. दुसरा प्रकार असता तर या गोष्टीची चौकशी करून गुन्हेगाराला कोठडीत डांबले असते, मुरा देवीवर राजा एखाद्या मजनु सारखा प्रेम करत आहे. मुरा नावाच्या प्रेमीकेला राजापासून दूर कसे करावे?

तितक्यात द्वारपालाने येऊन सांगितले की, श्वेता नावाची दासी आली

आहे. तिला तात्काळ आतमध्ये बोलावण्यात आले. आतमध्ये आलेली श्वेता घाबरत बोलली, 'मंत्री महोदय, मी मोठ्याच संकटात सापडले आहे. माझा जीव धोक्यात आला आहे'. श्वेता थरथर कापत होती. तिची स्पंदने वेगवान झाली होती आणि चेहऱ्यावर भीतीयुक्त वातावरण होते.

राक्षस म्हणाला, 'घाबरू नकोस काय झालयं ते सांग, सांगणार की नुसतेच घाबरत राहाणार. इथे तू पूर्णपणे सुरक्षित आहेस'.

ती अजून थरथरत होती, म्हणाली काही नाही. राक्षसाने तिला समजावले, सर्व प्रथम तू शांत हो. नंतर काय झाले आहे ते सांग?'

राक्षसाला याची चिंता वाटू लागली की, ही दासी इतकी का घाबरून गेली आहे?

श्वेता थरथरत बोलली, 'मंत्री महोदय, कहर झाला आहे, मी आपल्याला ज्या गूप्त गोष्टी सांगणार होते ती गोष्ट कशी कोण जाणे पण राणीला माहीत झाली आहे. समजत नाही मुरा देवीला ही गोष्ट कशी काय समजली. एक आहे. विश्वगुप्त वगळता ही गोष्ट कोणालाच माहीत नव्हती. मला कठोर शिक्षा देण्याचे मुरा देवीने ठरविले आहे. मी जीव मुठीत घेऊन इकडे आले आहे. मला भिती वाटतेय, मंत्रीमहोदय!.... महाराजाला ठार करण्यासाठी मुरा देवी काय कारस्थान करत आहे याचा तपास मला लावता आला नाही.....'

राक्षस म्हणाला, 'आता तू माझ्याजवळ आहेस. तुझ्या केसालाही कोणाला धक्का लावता येणार नाही. परंतु राजाला मारण्यासाठी कसले कारस्थान चालू आहे हे तर सांग, म्हणजे मला काही करता येईल. तुला जितकं माहीत आहे तितके तरी सांग...'

मंत्री महोदय, मी माझा जीव धोक्यात नाही टाकू शकत. राजाच्या जीवापेक्षा मला माझ्या जीवाचं पडलयं. तुम्ही ही गोष्ट का नाही समजून घेत'

असे सांगून तिचे शरीर थरथर कापू लागले. आपण काहीतरी करायचे ठरविले आहे पण त्यालाही वेळ लागेलच ना....'

आश्चर्य व्यक्त करत राक्षस बोलाल, 'होय वेळ तर लागेल... त्यामुळे काय होणार आहे?'

'कसे सांगू .. मुरा देवीला पण काय सुचलय...विधवा व्हायला एकदम उतावीळ झालेली दिसतेय...' असे म्हणून श्वेता एकदम शांत झाली.

'स्पष्ट शब्दांत सांगून टाक श्वेता......

'काय स्पष्ट बोलू..... कारस्थानाचा शोध घेण्याची वेळ आलीय त्यावेळी हा अडसर निर्माण झालय

श्वेताकडे पहात राक्षस बोलला, 'श्वेता राजाबद्दल तुझ्यामनात आस्था असेल तर काहीही.करून राणीचा विश्वास जिंक आणि ती कोणते कारस्थान करते आहे ते मला सांग....'

'मंत्री महोदय! मी तिथे जरूर जाईल पण तिथे जायला माझ्याकडे वेळ तितका वेळ आहे कुठे..... जे काही घडणार आहे. ताबडतोब घडणार आहे.... मी यावेळी जर गेले तर मुरादेवी समजेल की मी काहीतरी गडगड करत आहे आणि ती मला तुरूंगात डांबून ठेवल. आपल्याजवळ दुसरा काही मार्ग असेल तर लवकरात लवकर काहीतरी करा. नंतर मात्र त्याचा काही उपयोग होणार नाही. सद्यातरी मी काहीही करू शकत नाही.... हेच आपल्या नशीबात आहे' श्वेतावर राक्षसाचा पुरेसा विश्वास नव्हता' परंतु ती असं बहकल्यासारखी का बोलत आहे? ही विश्वगुप्ताला का दोषी ठरवत आहे?

21

राक्षसाच्या समोर श्वेताने नवीनच पेच निर्माण केला होता. राक्षस त्याच पेचामध्ये अडकला होता. त्यामधून बाहेर पडण्याचा मार्ग काही त्याला दिसत नव्हता. तो श्वेताला म्हणाला, 'तुझ्या केसालाही धक्का लागणार नाही. तू जा तर खरं'

'मंत्रीमहोदय, आपण म्हणत असाल तर मी नाही म्हणणार नाही. परंतु मुरा देवीला माझा संशय आला आहे. ती माझ्या संदर्भात कठोर निर्णय घेऊ शकते. लहान तोंडी मोठा घास घेण्याची माझी इच्छा नाही. परंतु कोणत्याही परिस्थितीत महाराजाला भेटून त्यांच्या जीवाला धोका असल्याची गोष्ट त्यांच्या कानावर टाका. त्यानंतरच काही होऊ शकतं. हेच करावे लागेल. तरच धोका टळू शकतो. उद्याचा दिवस निघून गेला तर आपण काहीच करू शकणार नाही, महाराज, मुरादेवीच्या महालातून निघून गेले तरच त्याचा जीव वाचू शकतो', असे म्हणून श्वेता तेथून निघुन गेली. तिने जायची परवानगी देखील घेतली नाही. मंत्री तर विचारामध्येच गढलेला होता. विचाराच्या तंद्रीमधून बाहेर आल्यावर त्याने व्दारपालाला विचारले, श्वेता निघून गेली का?'

'होय मंत्रीमहोदय' व्दारपालाने सांगीतल्यानंतर राक्षस विचार करू लागला. मगध साम्राज्याच्या कल्याणासाठी मी काय नाही केले? मुरादेवीला झालेला पुत्र राजाची जागा घेईन म्हणून मी त्याला कायमचे मार्गातून दूर करण्यासाठी राजाची मदत केली. आज त्याच दासी समान राणीने राजाला प्रेम जाळयात फसवून माझ्याशी वैराने वागू लागली आहे राजासोबत आता चर्चा करता येत नाही आणि भेटही होत नाही. हे सगळं त्या मुरेने केले आहे. ज्या राज्याच्या मंत्र्याला आपल्या राजाला भेटता येत नाही त्या राज्याचा विनाश होणार नाही तर काय होईल? असो, मी प्रयत्न तर करून पाहतो'

असा विचार करून राक्षसाने एक पत्र लिहीले आणि आपल्या विश्वासू सेवकामार्फत मुरादेवीच्या रंगमहालात पाठविण्याची व्यवस्था केली.

राजापर्यंत पत्र जायला उशीर लागला नाही. पत्र हातात पडताच वाचू

लागला. जवळच बसलेल्या मुराने माहीत करून घेण्याचा प्रयत्न केला. राजाने तिला सांगीतले, मंत्रीमहोदय, राक्षसाचे पत्र आहे' मुराने चलाखीने आपले शब्द फिरवत विचारले, मंत्री तर आता पत्रामधुनच बोलू पहात आहेत. प्रत्यक्ष भेटायला काही संकोच वाटतोय का त्यांना. कदाचित माझ्यावरचा त्यांचा राग अद्याप गेलेला दिसत नाही. आपण माझ्या रंगमहालात येऊ नये असेच लिहीले असेल त्यात....'

'मंत्री मला एकांतस्थळी भेटू इच्छित आहेत. पत्रात तसे नमूद केले आहे. राजदरबाराचा मामला आहे. सर्वांच्या समोर ते बोलणार नाहीत...'

मुराला हसू आलं. नखरेले डोळे करत बोलली, मला माहीत आहे त्या पत्रात काय' लिहीले असणार ते काही अशुभ घडणार आहे, षडयंत्र चालू आहे, मंत्री फारच स्वामीनिष्ट आहेत त्यांना नेहमीच वाटतं की, आपल्यावर एखादे संकट कोसळणार आहे आणि मीच त्या षडयंत्रात सहभागी आहे. ते असाच विचार करतात. माझ्याबद्दल त्यांच्या मनात सरळ विचार कधी येणारच नाहीत. असो - मला काय त्याचं. आपण माझ्यावर प्रेम करता. आपल्या मनातल्या शंका दूर झाल्यात. हेच माझ्यासाठी पुष्कळ आहे. मी इतरांना नाही घाबरत अजून काय काय लिहिलय मंत्री महोदयाने?

हेच की प्रत्यक्ष भेटा सुमात्य तर राज्यकारभाराची जबाबदारी टाकून आपण मोकळे झालात तर राज्यावर संकट येऊ शकते, धनानंदाने सांगितले.

मुरा देवी म्हणाली, स्वामी! मला नाही वाटत की आपण माझ्यामुळे राज्यकारभाराकडे दुर्लक्ष करावे. प्रजेला जर हे माहीत झालं तर ती माझ्याच नावाने खडे खाईल'.

'अगं जाऊ दे.... मी त्याला पत्र पाठवून समजावून सांगतो. प्रत्येक गाष्टीसाठी कशाला पाहिजे भेट'.

'नाही महाराज! आपण मंत्र्याला भेटा आणि राज्यकारभारात लक्ष घाला. शेजारच्या राजांना समजले की, मगध नरेश राज्यकारभार पहात नाहीत तर राज्यावर खरोखरच संकट येऊ शकते. पण आपण रंगमहाल सोडून बाहेर जाऊ नये, कारण मला आपल्या प्राणांची चिंता आहे.... बाहेर जाणे आपल्यासाठी धोकादायक ठरू शकतं.... महाराज आपलं रक्षण करणे माझी जबाबदारी आहे.'

धनानंदाला हसू आलं, 'तो म्हणाला, आता तुच सांग मी काय करू?' निर्णय घेण्यास आपण स्वंतत्र आहात, महाराज'

मुराने असे म्हटल्यानंतर धनानंदाला हसू आलं. नंतर त्याने व्दारपालाना सांगितले. मंत्र्याला सांग की, त्यांना आम्ही आत बोलावले आहे. मंत्र्याचं पत्र घेऊन आलेला सेवक परत गेला आणि त्याने मंत्र्याला राजाकडे पाठविले.

राजाच्या रंगमहालाच्या द्वारापाशी मंत्री पोहचला, राजाची आज्ञा घेऊन आत गेला राजाने त्याचं स्वागत केलं आणि नम्रपणे म्हणाला, 'मंत्री महोदय, राज्यकारभार सुरळीत चालू आहे ना?'

'हो महाराज' नंतर दबक्या आवाजात राजाच्या कानात त्याने सांगीतले, 'महाराज, मला आपल्याला काही सांगायचे आहे, आपण त्याच्यावर विचार करावा'.

'का नाही' धनानंद त्याच्याशी सहमत होत बोलला, मंत्रिजी, आपल्याला जे काही सांगायचे आहे ते स्पष्ट शब्दात सांगा, आढेवेढे घेण्यात काय अर्थ आहे? परंतु राज्यकारभाराशी संबंधितच विषयावर चर्चा करा'

राक्षस म्हणाला, 'महाराज आपण राजदरबारात येणे-जाणे बंद केले आहे. राज्यकारभारात आपण लक्ष घालत नाहीत. याचा परिणाम शेजारच्या राज्यावर आणि प्रजेवर होऊ शकतो. प्रजेची अपेक्षा आहे की, राजाने त्याचं सुख-दुःख ऐकूण घ्यावं. पुढील चोवीस तास अतिशय शुभ आहेत. उद्या किमान दोन तास तरी राजदरबारात येऊन बसा. महाराज! मी आपल्या हितासाठीच हे सांगतो आहे.

यावर राजा थोडा रागाने पण ठासून बोलला, 'मंत्रिजी मी आपल्यावर आणि युवराजवर जबाबदारी सोपवली आहे. त्या नंतर आपण छोट्या मोठ्या गोष्टीसाठी मला का मध्ये आणत आहात? आपण एक निष्ठावान मंत्री आहात. आपण स्वतः लक्ष घाला. मला काही दिवस शंतता पाहिजे आहे.

'महाराज आपण आराम करावा, पण दिवसातून किमान एक तास तरी दरबारात येत चला. माझी आपल्याला विनंती आहे. उद्या सकाळी आपण दरबारात जरूर यावे.

'ठीक आहे, ठीक आहे, आपण इतका आग्रह करत आहात तर मी उद्या सकाळी दरबारात येण्याचा विचार जरूर करील. परंतू वारंवार येणे शक्य होणार नाही..... मी कळवतो आपल्याला 'तितक्यात पडद्याच्या मागे बसून ऐकत असलेली मुरा देवी बोलली. महाराज राज्य कारभारा संदर्भात जास्त विचार नाही केला पाहिजे. मी आपल्याला अनेकवेळा सांगितले आहे की, राज्यकारभारात लक्ष घाला. शेवटी प्रजा आहे म्हणून तर राजा आहे ना'

धनानंदाला मुरादेवीच्या बोलण्याचं हसू आलं, म्हणजे तू देखील.... ठीक आहे. मी दरबारात यायला तयार आहे'

राजाच्या तोंडून हे शब्द ऐकून राक्षसाचा चेहरा फुलासारखा बहरला.

22

आपल्या चेहऱ्यावर आत्मसंतोष आणि आनंदाचे भाव घेऊन राज दरबारातून बाहेर पडलेला राक्षस आपल्या निवासस्थानी हा विचार करत गेला की, राणीच्या तावडीतून राजाची सुटका कशी करावी एकदा का राजा रंगमहालाच्या बाहेर आला की, मी त्याला सर्व परिस्थिती समजावून सांगेन म्हणजे राणीच्या प्रेमजाळयातून त्यांची सुटका करता येईल. नंतर राजा मात्र राणीच्या रंगमहालाचा रस्ताच विसरून जाईल. त्यांना मुरा देवीच्या विरोधात इतके भडकून देईल की, ते पुन्हा तिचा तिरस्कार करू लागतील, अगदी पहिल्या सारखं.... राज दरबारात येण्यासाठी त्यांच्या मनाची तयारी मी करून घेतली. माझ्यासाठी हे मोठेच यश आहे.

इकडे मुरा देवीच्या मनात काही वेगळेच होते. ती राजाच्या आसपास असं फिरू लागली की जणू एखादे फुलपाखरू फुलांभोवती फिरतेय. आपले डोळे गरगर फिरवत बोलली, 'मी राजाला माझ्या प्रेम जाळयात अडकवून ठेवले आहे असे लोकांना का वाटते आहे आणि राज्यकारभारात पहाण्यासाठी मी त्यांना बाहेरच जाऊ देत नाही. काय मी आपल्याला कधी दरबारात जाऊ नका असं म्हटलं आहे?'

'खरं तर आहे' असे म्हणत राजाने तिच्या केसांमधून आपली बोटे फिरवली. नंतर तिला आपल्या जवळ ओढलं. नाक पुढे करत मुरा बोलली. जाऊ द्या बाई तुम्ही पण भलतेच आहात, भुंग्यासारखे माझ्याच भोवताली फिरत असता. मी कुठे जाऊ नका म्हणाले'

तू म्हणत नाही पण तुझे हे बोलके डोळे, केस, कपाळ आणि फुगीर छाती मला जाऊ देत नाही ना, म्हणजे तूच जाऊ देत नाही ना' असे म्हणून धनानंद हसू लागतो.

मला भीती वाटतेय, काय करणारं ... जोपर्यंत माझी भीती दूर होत नाही तोपर्यंत मी म्हणणारच की कुठेही जाऊ नका. त्या मांजरीचा मृत्यू कसा झाला हे विसरलात! मंत्री महोदय स्वामीभक्त असतीलही पण इतरांचे काय सांगावे... मला आपल्या जीवाची भीती वाटते'. असे म्हणत मुरादेवी

घाबरी झाली. तिच्या डोळयात तिने पाणीही आणले.

श्वेता मुराच्या जवळच होती. ती म्हणाली, 'देवी राणी साहेब, आपली शारिरिक स्थिती रडण्याची नाही तर हसण्याची आहे. काय आपण हे विसरलात! काल दाईने काय सांगितलय?'

मुरा डोळे फिरवत बोलली, तू मध्येच कोठून आलीस.....?'

'महाराज राणीसाहेब आता आई होणार आहेत. आपल्याला माहीत नाही...? श्वेताने शेवटी हे सांगीतलेच' पण ते खोटे होते.

'अरे ... वा...! राजा आनंदाने उद्‌गारला.

'मुरे, काय हे खरे आहे? तू वीर पुत्राची आई होणार आहेस? ही तर छानच वेळ आहे.' मुरादेवीकडे पहात राजा बोलला' मुरे तू आनंदी राहायचे सोडून रडत आहेस.... ही उत्सव साजरा करण्याची वेळ आहे, रडण्याची नाही....'

मुरा काहीच बोलत नव्हती, तिच्या ओघळणाऱ्या अश्रूने तिचा पदर भिजला होता.

राजा देखील थोडा चिंतीत झाला. नंतर त्याने विचारले, तू आई होणार आहेस आणि का बरे रडते आहेस? रडायला काय झाले? मला सांग, उतावळी होऊ नकोस. हे पहा आता माझा अंत पाहू नकोस. श्वेता काय माहीत आहे तुला?'

'महाराज, राणीसाहेबांना वाटते की, या बाळालाही वाईट प्रसंगाचा सामना तर करावा लागणार नाही ना.... यापेक्षा दुसरे कारण असेल असे मला नाही वाटतं. मोठ्या हुशारीने श्वेताने मुरा देवीच्या मनातली गोष्ट सांगितली होती.

राजा धनानंदाच्या चेहऱ्यावर अपराधीपणाचे भाव आले. तो म्हणाला, नाही मुरे यावेळी असे नाही होणार. आपल्या प्रेमाच्या प्रतिकाला बहर येईल. कोणतेही कारस्थान मी यशस्वी होऊ देणार नाही. तुझ्या पुत्राला राजपुत्राचा दर्जा मिळेल. अश्रू पुसत मुरादेवी बोलली, स्वामी! अश्रू उगीच येत नाहीत डोळयात पाहिल्यासारखीच परिस्थिती आकार घेत आहे. सकाळ होताच आपण राजदरबारात जाणार आहात. राक्षस नावाचा मंत्री खरीखरच नावासारखाच आहे तो. एकांतात तुम्हाला त्याला यामुळे भेटायचे आहे की, तुमचे लक्ष दुसरीकडे वळविण्याचा त्याचा विचार आहे. रंगमहालात त्याला माझ्याविरोधात बोलता आले नाही. त्या कारस्थानी मंत्र्याला माझ्यापासून तुम्हाला वेगळं करायचे आहे. असे असेल तर माझ्या गर्भवती असण्याला

काय अर्थ आहे. तो तर मला आजही दासीच समजतो... मला नाही वाटत की जे घडले होते, ते पुन्हा घडावे'. मुरादेवी बिनधास्त सांगत गेली आणि मोठ्याने रडू लागली.

'मुरे, मी जाण्याचे रद्द करतो, ज्याला काही सांगायचे असेल त्यांनी इथे येऊन सांगावे, आता जरा शांत हो...'

'नाही, असे करू नका, महाराज... राजदरबारात जा. परंतु येताना माझे शब्द लक्षात ठेवा का कोणास ठावे पण त्या मंत्र्याची नियत काही ठीक वाटत नाही'.

'माझे नुकसान करण्याची त्याची काय हिमत आहे' असे म्हणून राजा हसू लागला.

'काही सांगता येत नाही, महाराज, आपण जावे परंतु सावध राहा, महालाच्या आत आणि बाहेर दोन्हीही ठिकाणी कारस्थान चालू आहे. आपल्याला काही झालं तर मी जिवंत राहणार नाही' असे म्हणून मुरा देवी राजाच्या पायावर पडून रडू लागली.

धनानंदाला काय करावे ते समजेना, 'ठीक आहे, मी रद्दच करतो जायचे'

'नाही महाराज, आपण जावे, आपण मंत्र्याला तसे अश्वासन दिले आहे. गेला नाहीत तर मलाच तो मंत्री दोष देईल. मला फक्त आपलं प्रेम मिळावं आणि आपण सुरक्षित रहावेत. इतकेच मला पाहिजे आहे. मुरादेवीच्या बोलण्यात इतका दम होता की, धनानंदाने तिला आपल्याजवळ घेतले. 'प्रिय मुरे, मी फक्त काही वेळासाठीच राजदरबारात जाणार आहे. पुन्हा परत येईल असे म्हणून पलंगावर आडवा झाला. मुरादेवी सोबत प्रेमालाप करता करता त्याला तशीच झोप लागली.

श्वेता आणि मुरादेवीने एकमेकीकडे पाहून हसून घेतलं. बाणाने अचूक वेध घेतला होता. हे त्यांच्या लक्षात आल्यामुळेच त्यांना हसू आलं होतं

मुरादेवी म्हणाली, 'श्वेता तू या प्रकरणात फारच मदत केली आहेस... ती वृंदा काही कामाची नाही. तशी ती माझ्याशी एकनिष्ट आहे. माझ्याविरोधात बोलणार नाही. परंतु अशा कामाची तिला सवय नाही. मी आचार्य चाणक्याची वाट पहातेय.... माहीत नाही कधी येणार आहेत ते'.

तितक्यात दासीने येऊन सांगीतले की, आचार्य चाणक्य आले आहेत.

'अरे व्वा!, 'मुरा देवीला आनंद झाला'

चाणक्य आता मुरा देवीचा शुभचिंतक आणि गुरू देखील झाला होता.

श्वेतानीच त्या दोघांना एकत्र आणले होतं. श्वेता देखील चाणक्याची शिष्या झाली होती.

रंगमहालाच्या बाहेर जाऊन मुरा देवीने आचार्य चाणक्याची भेट घेतली. आणि म्हणाली, गुरूदेव मी आपलीच वाट पहात होते. राक्षसाने महाराजाला उद्या राजदरबारात येण्याचा आग्रह केला आहे. राजा तर जायला तयार नाहीत मीच त्यांना जायला बांधील केलं आहे. पुढील योजना तयार आहे ना?'

देवी योजना कार्यान्वित करण्यात हा चाणक्य कुठेच मागे रहात नाही. सुंदरदास जो राक्षसाचा चांगला मित्र आहे, त्याची हवेली राजमहालाच्या जवळच आहे. त्या हवेलीपासून महालापर्यंत एक बनावटी फाटक तयार करण्यात आले आहे. कुशल करागीरांना काम कसे करायचे हे सांगितले आहे. तोरणाच्या खालचेही काम पूर्ण झाले आहे. आपल्याला विचार करण्याची गरज नाही.

मला माहित आहे गुरूदेव! आपल्या कामात काही उणीवा असणार नाहीत. काही अडचणी यायला नकोत.... थोडी जरी चूक झाली तरी माझं अस्तित्व धोक्यात येईल.'

'मुरा बेटी, चाणक्याची योजना काही अशी तशी नसते. हे कारस्थान अभेद्द आहे. जर आपली योजना यशस्वी झाली तर राजमहालाच्या विटा घसरायला सुरूवात होईल सारं काही संपल्यात जमा होईल. उद्या सकाळीच महाराज स्वर्गाच्या दारात पोहोचतील. असे सांगून चाणक्य शांत झाला. मुरादेवी चिंताग्रस्त झाली. गुरूदेव, महाराज सोडून इतरांचा बळी घेतला तर चालणार नाही....? महाराजांना काही झाले तर राक्षस सुमात्त्यला सिहांसनावर बसवील आणि कारस्थानाच्या तळापर्यंत जाईल. पुन्हा तोच प्रकार घडणार असेल तर अशा योजनेचा काय फायदा....?

चाणक्याला हसू आलं, 'मुरी बेटा! काय झालंय तुला? बुध्दी नष्ट झाली की काय तुझी? काय मी राक्षसाला सोडीन? महाराजांना जर काही झाले तर मी सर्वत्र अफवा पसरवीन की राक्षसानेच राजाला बोलावले होते. राक्षसाला सत्ता पाहिजे आहे आणि त्यामुळेच त्याने राजाची हत्या केली.... माझी माणसे अशा अफवा पसरवतील'.

'हे ऐकून मुरा देवीला बरं वाटलं, पण होती तर एक स्त्रीच ना. चाणक्य गेल्यावर ती अस्वस्थ झाली तिच स्त्री मन बैचेन झालं होतं.

23

चाणक्याला भेटून मुरादेवी आपल्या रंगमहालात परतली. महाराज गाढ निद्रेत होते. त्यांना जगाचं काही देणं-घेणं नव्हतं. त्याला हे देखील माहीत नव्हतं की, उद्या त्याचे काय होणार आहे. मुरा देवी त्यांच्याजवळ जाऊन आडवी झाली. पण ती अत्यंत बैचेन होती. ती विचार करत होती की, महाराजाने माझ्या मुलांची हत्या करून मला बंदीवासात ठेवले नसते तर अशाप्रकारे कारस्थान करण्याची काही गरजच नव्हती. सुमात्त्याच्या ठिकाणी आज माझा पुत्र युवराज झाला असता' हे विचार मुराच्या मनात वारंवार घोळत होते. तितक्यात तिला जाणीव झाली की, महाराज काहीतरी म्हणत आहेत, मुरादेवी बिछाण्यावर उठून बसली आणि तिने ऐकले.

'प्रिय मुरा! तू माझ्यावर विश्वास का ठेवत नाहीस की जे झालं ते झालं, पुन्हा असे घडणार नाही. तू तेच घेऊन माझ्यावर नाराज राहू नकोस. मला माफ कर, मुरे!'

राजाला आता स्वप्नातही मुराचीच चिंता होती. गाढ झोपेतही तो मुरेची क्षमायाचना करत होता. हे ऐकून मुरा देवीला घाम आला होता. हातापायांना कंप सुटला होता. बंदीवासातून बाहेर आल्यानंतर महाराजांला आपल्या प्रेम जाळयात अडकविण्यासाठी तिने काय नाही केले परंतु आता जे काही मी करू लागले आहे, ते खरोखरच योग्य आहे? जो प्रत्यक क्षणी झालं गेलं विसरून जाण्याची गोष्ट करतोय आणि माफी मागत असतो, त्याला आपण असेच डोळया समक्ष मरू द्यायचं? उद्या काय होणार आहे याची मला कल्पना आहे, नाही मी असं कसं करू शकते? बदला घेऊन काय फायदा? बदला तर त्यांचा घेतला पाहिजे ज्याने राजाला माझ्याविरोधात उभे केले. त्यांना माफ करून राजांचा बदला घेण्याचा माझा मार्ग चुकीचा आहे. राजाशी विवाह केल्यानंतर मला मूल झालं. राजाची इतकीच चूक होती

की, त्यांनी इतरांचे ऐकून माझ्यावर शंका घेतली अन् मला माझ्याच निवासस्थानी कैद केलं. परंतु सर्व सोयी सुविधा त्यांनी राणी म्हणूनच दिल्या ना. इतक्यासाठी त्यांना मृत्युदंड ठीक आहे का? हा विचार माझ्या मनात पूर्वीच का नाही आला. अद्या जे काही घडणार आहे, त्यानंतर काही करण्याचा किंवा विचार करण्याचा प्रश्नच येणार नाही. काय मी माझ्याच हाताने माझ्या पतीचा वध करून विधवा होणार आहे? माझ्या अशा कृत्याला जग कुकृत्य ठरवणार नाही? मुरादेवी उदिग्न झाली होती. हे करून मला काय मिळणार आहे? काय गेलेला माझा परत येईल. त्याला अगदी सम्राटपद जरी मिळालं तरी मला काय मिळेल? पतीची हत्या मी का करू? उद्याची घटना टळली तर चांगले होणार नाही?

तिनेच रचलेले कारस्थान आता तिला नको होते, महाराजाचा जीव कसा वाचवला जाईल याचा ती विचार करू लागली एखाद्या आजाराचे नाटक करून राजाला मी महालाच्या बाहेरच जाऊ देणार नाही. परंतु राजा वगळता दुसरा कोणी त्या फाटकातून गेला तर सांर कारस्थान उघडं होऊ शकतं. चाणक्याला बोलावून हे कारस्थान रद्द करायला सांगितले आणि राजाला उद्या नाही जाऊ दिले तर, परंतु चाणक्य आता माझे ऐकेल का? त्याने रचलेले कारस्थान तो कधीही रद्द करणार नाही. तो एक कुटिल ब्राह्मण आहे.'

मुरा देवीने अनेक अंगाने विचार केला पण तिला काही मार्ग सापडला नाही. दरम्यान धनानंद जागी झाला. तुला आज झोप का येत नाही. मुरा देवीला वाटले की, सारं सांगून टाकावे पण दुसरा विचार तिने असा केला की, ती राजाचा जीव वाचवेल पण राजा तिला जिवंत सोडणार नाही. सत्य माहित होताच त्याचं वागणं बदलून जाईल. त्यामुळे तिने काही त्याला खरं सांगितले नाही, 'हो' आज झोपच येत नाही इतकेच म्हणाली

'झोप येत नाही.... महालाच्या बाहेर मी जाणार आहे त्यामुळे तुला झोप येत नाही का?' राजाने विचारले, 'खरंय तुमचं परंतु सकाळी जाणं खरेच इतके महत्त्वाचे आहे?' मुराने विचारले.

'तशी गोष्ट नाही, शब्द दिलाय मी.... धनानंदाने स्पष्ट केलं.

मला उदास वाटतय, वाटतंय की काही अनिष्ट घडणार आहे. दुःखद आवाजात मुराने सांगितले.

'होय, मी देखील एक विचित्रच स्वप्नं पाहिलयं, तुला सांगाव की नाही हे मला समजत नाही?'

'सांगुन टाका 'मन हलकं होईल'

'तर ऐक..... आपण दोघं एका दाट जंगलात गेलो आहोत. तिथे घनदाट अंधार आहे. अचानक एक वाघ माझ्यावर हल्ला करतो, असे समज की त्या वाघाने ....'

'अरे देवा, असं कसं स्वप्नं आहे हे, पुढे काय झालं?' मुराने विचारल्यावर राजा सांगू लागला, 'तू तलवार घेऊन दूर पळू लागलीस. मी तुला सांगतोय की, तलवार दिली नाही तर तो वाघ मला खाऊन टाकेल. माझं म्हणणं फेटाळत तू रागाने म्हणतसे की, माझ्या पुत्राला देखील जंगलातील प्राण्यांनी खाल्ले असेल.... माझी इच्छा आहे की, तुला देखील जंगली प्राण्याने गिळंकृत करावं. तुला असे बोलताना पाहून मी अवाकच झालो होतो'

मुरादेवीला चक्कर आल्यासारखे झाले. ती तशीच बिछाण्यावर पडली.

24

राजाच्या स्वप्नाने मुरादेवी भयभीत आणि विचलीत अशी झाली. राजाच्या लक्षात आमचे कारस्थान तर आले नाही? स्वप्नांचा आधार घेत ते अप्रत्यक्षपणे सांगत तर नाहीत? अरे देवा आता काय करता येईल...? मुरा राजाला बिलगून बसली होती. तिच्या शरीराचा थरकाप पाहून राजा बोलला, 'मुरे, स्वप्नाने, तू इतकी घाबरून गेलीस! मग खरोखरच असे घडले तर काय करशील?'

'महाराज, माझा तर जीवच जाईल, आपण स्वप्नामध्ये तलवार मागत होता अन् मी दिली नाही, त्यामुळे नाराज होऊन तुम्ही माझा त्याग तर करणार नाहीत ना? मला तर भीती वाटू लागलीय' कशीबशी मुरा बोलली तिच्या ओल्या डोळ्यातून अश्रु ठिबकले.

राजाने तिला जवळ घेत सांगितलं स्वप्नाचं काय खरे असतं. स्वप्नातल्या गोष्टी खऱ्या समजून मी तुला कसे काय सोडू शकतो! आता अशी परिस्थिती आहे की, तू धोका दिलास तरी मी तुझ्यावरच विश्वास ठेवील. त्याला स्वप्नच समजेन' आंधळे, प्रेम व्यक्त करत राजाने मुरेला आश्चर्याचा धक्का दिला होता. महाराज आपण खरे बोलत आहात ना, तुमच्याशिवाय माझे दुसरे कोणीच नाही.

'मुरे रडणे बंद कर, मी तुझ्यावर डोळे बंद करून प्रेम करतो आहे, अंधळे प्रेमी हे पहात नाही की, त्याचा प्रिया प्रेम करतोय की पाठीत खंजीर खुपसतोय, निरर्थक विचार करणे सोडून दे, धनानंदाने समजावून सांगितले.

'महाराज, असे नाही होऊ शकत की, आपण उद्या माझ्या रंगमहालात राहावे!'

'मी तर जायला कुठे तयार होतो. तूच तर मंत्र्याला सांगितलेस की महाराज दरबारामध्ये येतील, पण तू उद्या मला का जावू द्यायला तयार नाहीस? कारण तर सांग'.

मुराचे चुंबन घेत राजाने विचारले.

'कारण इतकेच आहे की, माझ्या मनाला वाटते की, आपण उद्या

रंगमहालात रहावे....

राजाला हसू आलं. आता हा प्रेमाचा प्रवास थांबणार नाही.... तुला असे वाटते आहे की, बाहेर गेल्यावर दुसरीवरच मी फिदा होईल आणि तुझ्यावरील प्रेम कमी होईल. मी बाहेर असो अथवा आत... प्रेमला ओहोटी येणार नाही.... मनातून साऱ्या शंका दूर करून झोपी जा'

'महाराज, कसे सांगू! सांगता सांगता मुरा शांत झाली. तिला वाटलं की, राजाच्या पाया पडून माफी मागावी पण जर माफी नाही मिळाली तर.... असा विचार करून ती म्हणाली, 'महाराज! मी कारण काय सांगणार मला वाटते की, आपण सकाळी सकाळी बाहेर जाऊ नये'

मी बाहेर गेल्यावर परत येणार नाही असा विचार करून तू थांबवत आहेस ना! असे असेल तर मी जरूर बाहेर जाईल आणि तुझ्याकडे परत येऊन दाखवेल. तेव्हांच तुझ्या मनातील शंका दूर होईल. आता या विषयावर बोलूच नकोस. मला थोडं झोपू दे आणि तू पण झोपी जाण्याचा प्रयत्न कर' असे सांगून धनानंद झोपी जाण्याचा प्रयत्न करू लागला. त्याला झोपही लागली. परंतु मुरा देवीची झोप उडाली होती. इच्छा असून ती झोपू शकली नाही. ती हळूच उठली. बाहेर आली. श्वेताच्या निवासाकडे गेली. श्वेताच्या घरी जाऊन ती तिला उठवू लागली. मुरा देवी सांगू लागली श्वेता! श्वेता मी फारच व्दिधा स्थितीत आहे. भाच्याला सिंहासनावर बसवून माझा काय फायदा होईल. महाराज जिवंत राहीले तर मला त्यांच्या प्रेम वर्षात न्हाऊन निघता येईल. मला भूतकाळातल्या काही गोष्टी विसरायच्या आहेत. म्हणून मला वाटतं की हे कारस्थान उधळल्या जावे. जा आणि चाणक्याला हे सांग की, चंद्रगुप्ताला घेऊन येथून चालता हो, श्वेता असा काही मार्ग सांग की, कारस्थान कोणाला माहीतही होणार नाही आणि राजाचे प्राणही वाचतील. मी राजाला हे सगळं सांगणार आहे, मग मला ते ठार किंवा माफ करतील याची पर्वा नाही'.

श्वेता आश्चर्य व्यक्त करत बोलली, 'महाराणी, आपल्याला अचानक काय झालय? हे तुम्हीच बोलत आहात ना?. माझा तर विश्वासच बसत नाही. देवी, अचानक आपण का बदलतात, काही कारण? आपण म्हणत असाल तर चाणक्याला बोलावून आणू.

'होय जा'.

'ठीक आहे राणीसाहेब, असं म्हणतं श्वेता चाणक्याच्या पर्णकुटीकडे निघाली

25

श्वेताचा निरोप मिळताच चाणक्य महालाकडे निघाला. वाटेत तो काहीही बोलला नाही. महालातील मंदिरात थांबून त्याने मुरा देवीला बोलावून घेतले.

मुरा देवी येताच चाणक्याने प्रश्न केला 'देवी, या गरीब ब्राह्मणाची कशी काय आठवण केली? काही अडथळा तर आला नाही ना? आदेश द्या, हा चाणक्य मग काय कामाचा?'

'गुरूदेव! कसलाही अडथळा नाही आहे मला फक्त इतकेच म्हणायचे आहे की, विनाकारण कोणाचा मृत्यू होऊ नये.... त्यासाठीच आपल्याला बोलावले आहे. आपले कारस्थान आपण थांबवले पाहिजे. जर असे होणार नसेल तर महाराजाला मी कोणत्याही परिस्थितीत बाहेर जाऊ देणार नाही. तुम्ही आता चंद्रगुप्ताला घेऊन शहराच्या बाहेर निघावे. तुम्हा दोघांचा जीव संकटात पडावा असे मला नाही वाटतं'.

एक कुटील हास्य करत चाणक्य बोलला, 'देवी! या गरीब ब्राह्मणाला फसवून आपण या कारस्थानातून बाहेर पडू इच्छित आहात. केवळ आपण घेतलेल्या प्रतिज्ञेमुळे मी चंद्रगुप्ताला इथे आणले आहे. आपली प्रतिज्ञा पूर्ण होण्याची वेळ आलेली असताना पळून जाण्याची गोष्ट करत आहात? देवी आता मन कठोर करा' हे वाक्य बोलतांना चाणक्याचा आवाज करडा झाला होता.

मुरा देवी म्हणाली, 'शांत व्हा गुरूदेव, इतक्या करड्या आवाजात बोलाल तर प्रकरण हाताबाहेर जाईल. आपण पाटलिपुत्रच्या बाहेर निघून जावे. कोणत्याही भानगडीत न पडता चंद्रगुप्त आणि तुमचा विचार करा. मी आता या दुष्टचक्रात अडकणार नाही. राजाने बाहेर पडू नये याचा बंदोबस्त मी करणार आहे. नाही तर मी त्यांना सर्वकाही सांगून टाकेल मला नाही वाटत की त्यांची हत्या व्हावी.

'ठीक आहे, महाराजाची हत्या नका होऊ देवू, पण तुझ्या पुत्राची हत्या व्हावी असे तुला वाटते काय?'

चाणक्याने राणीला कोंडीत पकडलेच, 'माझा पुत्र....! आपण हे काय भलतेच बोलत आहात?' मुराने विचारले.

चाणक्य सांगू लागला, 'आपल्या पुत्राची हत्या करणारांना शिक्षा देवून नात्यातल्या माणसाला सिहांसनावर बसविणे हीच तुझी प्रतिज्ञा होती ना? असं दिसतय की, आपल्याला आता ना आपली प्रतिज्ञेच काही देण-घेणं आहे ना आपल्या पुत्राच्या जीवाचं. आपली प्रतिज्ञा आपण तोडणार असाल राणीसाहेब तर आपल्या पुत्राचा जीव तर जाणारच आहे.'

'आपल्याला वेड तर लागलं नाही ना? मला पुत्रच नाही तर त्याची हत्या होण्याचा प्रश्न कुठे येतोय?'.

'देवी, मी भ्रमिष्ठ झालो नाही, आपण झाला आहात. राजाने आपल्या पोटी जन्मलेल्या मुलाची हत्या करण्याचा प्रयत्न केला परंतु ईश्वराने असे नाही होऊ दिले. पण आज मात्र आपल्या हाताने त्याला मारल्या जाणार आहे' चाणक्याचे हे बोलणे ऐकून मुरादेवी गोंधळून गेली. चाणक्य काय बोलतोय हेच तिच्या लक्षात नाही येऊ लागलं.'

स्मित हास्य करत चाणक्य बोलला, 'मुरे बेटा तू माता आहेस, तुला तुझ्या पुत्राची माहिती असायला हवी, नसेल तर मी ती तुला करून देतो, तुझा पुत्र जीवंत आहे.'

'तुमचे डोके तर ठिकाणावर आहे?'
रागाच्या भरात मुरा देवी भडकली
'होय, माझे डोके ठिकाणावरच आहे'
'गुरूदेव, आपण विनोद तर करत नाही ना?'
'ही काही विनोद करण्याची वेळ नाही आहे. देवी मी ब्राह्मण आहे. मी कधीच कोणाची चेष्टा नाही करत, खरं तेच सांगतोय'

चाणक्याने असे सांगितल्यावर उत्सुकतेने मुरा देवी बोलली, 'माझा पुत्र त्या वेळी काही कारणामुळे वाचला होता? 'होय देवी, तो वाचला होता, माझ्याजवळ पुरावा आहे'.

'कुठे आहे मग तो? मुरा देवी ओरडली
'याच शहरात आहे.... तो तुझ्या अगदी जवळ आहे'

मुरा देवीच्या तोंडून सहजच शब्द बाहेर पडले, काय चंद्रगुप्त?

होय, तोच तुझा पुत्र आहे देवी!'

'आपल्याला जे काही म्हणायचे आहे ते स्पष्ट शब्दात सांगून टाका. ही वेळ नाटक करण्याची नाही. मुरादेवीकडे एक कटाक्ष टाकत चाणक्य बोलला.

'सांगून तर टाकलय.... आता काय सांगू? अजुनही विश्वास बसत नाही?'

'विश्वास आहे, पण हे वास्तव आहे की कल्पना!'

'विश्वास हा ईश्वरासमान असतो देवी!'

'परंतु मला कधी अशाप्रकारचा आभास नाही झाली

'कसा होणार! तू फक्त हाच विचार केलास की त्याची हत्या झाली'

'म्हणून काय चंद्रगुप्त हाच माझ पुत्र आहे म्हणून सांगत आहात?'

'होय तेच खरं आहे'

'कारस्थान यशस्वी करण्यासाठी हे आणखी एक कारस्थान तर नाही ना? काय चंद्रगुप्त माझा पुत्र आहे?'

'चंद्रगुप्त आपलाच पुत्र आहे..... चंद्रगुप्त आणि तुमचे रूप किती एकसारखे आहे. काय आपण कधी पाहिले नाही, चंद्रगुप्त हाच तुमचा पुत्र आहे. संशय घ्यायला जागाच नाही. ही गोष्ट मी आपल्याला सांगितली नाही, योग्य वेळ आल्यावरच सांगणे ठीक होईल. असा मी विचार केला'

चंद्रगुप्त हा तिचा पुत्र आहे ही गोष्ट मुरादेवीला काही पटत नव्हती, ती चाणक्याला म्हणाली, 'चंद्रगुप्त माझा पुत्र आहे तर.... आपल्याजवळ त्याचा काही पुरावा असेलच?'

'आता कसला पुरावा पाहिजे आहे.... तुमचे आणि त्याचे रूप एकसारखे आहे, हे पुरेसं नाही का?'

'हे पुरेसं नाही, हे सोडून काही असेल तर दाखवा'

'मुरा बेटा, ते देखील दाखवील' दाखवेन नाही, आता दाखवा....
'माझं मन उव्दिग्न झालं आहे. अस्वस्थ झालं आहे, मला काही समजत नाही काय करावं ते मुराच्या अस्वथंचा अंदाज घेत चाणक्य म्हणाला, असं वाटते की खरं ते सांगावेच लागेल. हे पहा देवी हे त्या नवजात शिशुच्या दंडावर बांधलेलं होतं. हिमालयाच्या जंगलात ते बालक एकटं पडलेलं आढळलं होतं. गुराख्याने त्याला उचलेले आणि त्याचं नाव चंद्रगुप्त ठेवलं'

असे म्हणत चाणक्याने तो धागा मुरादेवीच्या हातावर ठेवला.

मुरादेवीच्या हातावर तो धागा ठेवल्यावर मुरादेवीला काय करावं अन् काय नको असे झाले. अनेक दिवस अंधारात ठेवलेल्या व्यक्तिने प्रकाश पहावा तसे झाले तिचे. तिच्या आवाजात दुःख होतं ती म्हणाली, 'आता खूप उशीर झालाय....' असे म्हणून ती एकदम स्तब्ध झाली. चाणक्याला मुरादेवीच्या मनस्थितीची कल्पना होती. तो काहीच बोलला नाही. आता संशय घेण्यासारखे काहीच राहीले नव्हते.

तितक्यात मुरा म्हणाली, 'आपल्याला हे म्हणायचे आहे की चंद्रगुप्त माझा पुत्र आहे'.

'काय म्हणायचे आहे तुला? आता मी पुरावा देखील दिला आहे. परंतु यामुळे माझा गोंधळ अधिकच वाढला आहे. समजत नाही काय करू? महाराजाला जाऊ देवू.... माझी तर सगळीकडून कोंडी झाली आहे'

कोंडी होण्याची काय गोष्ट आहे. आपल्या पुत्राने नंदवंशाच्या सिहासनावर बसावे असे वाटत असेल तर शांत राहा. तुमचा पुत्र जीवंत आहे. सांगायचे असेल तर राजाला सांगा, चंद्रगुप्ताला घेऊन मी शहराबाहेर जाणार नाही. चंद्रगुप्ताला सिंहासनावर स्थानापन्न करील किंवा स्वतःचे बरेवाईट करील, ही माझी प्रतिज्ञा आहे. चाणक्याला प्रतिज्ञाची चिंता आहे. प्राणाची नाही.... आता हे तुमच्यावर आहे की, त्याला सम्राट करायचे की त्याचा जीव घ्यायचा. शांत राहीलात तर चंद्रगुप्तच राजा होईल पण ही गोष्ट माहीत झाली तर चंद्रगुप्ताचा जीव जाईल.... दुसरे काय? निघतो मी आता..... वेळ कमी आहे. जे काही करायचे आहे ते धैर्याने आणि शांततेने करा असे सांगून चाणक्य निघून गेला.

चाणक्य आता निश्चिंत झाला होता. त्याला माहीत झाले होते की, मुरादेवी आता राज्याच्या लोभापायी नाहीतर पुत्राच्या प्राणासाठी तोंड बंद ठेवील. मुरा देवी जास्तच अस्वस्थ आणि बैचेन झाली होती. तिची अवस्था वेड्यासारखी झाली होती.

सकाळी लवकरच जागी झाली राजाच्या जवळ जाऊन म्हणू लागली, 'महाराज माझी पापणी फडफडत आहे. मला फार भीती वाटत आहे. आज आपण जाऊ नका. उद्या खुशाल जा'

'मुरा तू विनाकारण चिंता करतेस. मी गेलो आणि लगेच आलो.... तू माझी वाट पहा' असे म्हणून राजाने स्मित हास्य केलं.

26

मुरादेवी धर्मसंकटात सापडली होती. तिला पतीचेही प्राण वाचावेत आणि मुलाचेही काही नुकसान व्हावे असे वाटत नव्हते पती किंवा पुत्र यापैकी कोणाला वाचवावे हेच तिच्या मनात चालले होते. दोघांचेही प्राण वाचावे असे तिला वाटत होते. दोघांपैकी एकाचेही प्राण गेलेला दिला पहायचा नव्हता. मुरादेवीच्या मनाला विचारांने घेरले होते. पुत्र जिवंत आहे हे माहीत झाल्यावर माझा प्रयत्न हाच असायला हवा की राजा होण्याची संधी सुमात्त्याला नाही तर चंद्रगुप्ताला मिळावी महाराजांना सांगून मी हे घडवून आणेल. त्यासाठी कोणाची हत्या करण्याची गरज नाही. मी देखील किती मूर्ख आहे, त्या कुटिल कारस्थानी ब्राह्मणाच्या कटात सहभागी झाले. त्याने मला चुकीचा सल्ला दिला आणि मी तो डोळे बंद करून अमलात आणला. मी आता शांतच राहीले पाहिजे. त्याला तर माहीत झाले की, माझ्यामुळे त्याचे कारस्थान यशस्वी झाले नाही तर तो स्वतःचा जीव धोक्यात घालून माझा जीव घेईल आणि माझ्या पुत्राचा देखील बळी घेईल. तो ब्राह्मण आहे. धनानंद त्याला क्षमा करीलही. मी स्त्री आहे. मी देखील क्षमा करील पण पित्याची हत्या करून राज्यसत्ता हाती घेणाऱ्याला राजा कसे माफ करील. अरे देवा करू तरी काय मी आता? काय करू म्हणजे पती आणि पुत्राचा जीव वाचेल? मला शांतच राहीलं पाहिजे, पण माझं शांत बसणं म्हणजे राजाच्या हत्येला सहमती देणे ठरेल. एकीकडे आड आणि दुसरीकडे विहीर अन् मध्ये मी असे झाले आहे. करावं तरी काय? तिला दिसले की राजा तर दरबारात जाण्यासाठी तयार झाला आहे. पाणी आलेल्या डोळयांने मुरा बोलली, आज आपण जाऊ नये'

'मला जाऊ दे....' असे म्हणत धनानंद राजवस्त्रे परिधान करू लागला. त्याच्या पायाशी लोळण घेत मुरा देवी बोलली, 'महाराज आपल्याला विनंती आहे... माझे ऐका परंतु धनानंदाने तिच्याकडे काही लक्ष दिले नाही. ती पुढे काही म्हणणार 'तोच महाराज की जय हो' चा जय घोष ऐकू येऊ लागला. मंत्री राक्षस आणि सुमात्त्यसहीत इतर मंडळीही होती. चंद्रगुप्त देखील सोबत होता. त्याला राजवस्त्रामध्ये पाहून मुराचे डोळे भरून आले. त्याच्या आणि तिच्या रूपाची तुलना करता तिच्या लक्षात आले. मनातील

मनात ती पुटपुटली 'हा माझाच पुत्र असून माझ्या डोळयासमोर जिवंत आहे. सुमात्त्य दिसताच तिच्या मनात एक प्रकारची घृणा उत्पन्न झाली. ती स्वतःशी बोलू लागली, 'आज माझ्या सुपुत्राला ईश्वरानेच पाठविले आहे.... त्याला राजासिहांसनावर बसलेलं पाहण्यासाठी.... कदाचित ईश्वराचीची तशी इच्छा दिसते आहे.... असे असेल तर मी माझ्या पुत्राचा जीव धोक्यात कशाला टाकू? जे होत आहे.... ते होऊन जाऊ द्या... राक्षसाला आज थोडा जरी उशीरा आला असता तरी मी सर्व कारस्थान राजाला सांगितले असते... असा विचार करत ती बोलली, महाराज, दरबारी 'मंडळी आपल्याला घेण्यासाठी आली आहेत. मी आत जाते. आपण सुरक्षीत सर्व पार पाडून परत या. हिच ईश्वराजवळ प्रार्थना आहे' असे सांगून मुरा आपल्या रंगमहालात आली. जाता जाता आपल्या पुत्रावर एक प्रेमळ नजर टाकली.

महालाच्या बाहेर जाऊन राजाने हत्तीवर सवारी केली. त्याच्यासमोर मंगलवाद्याच्या धूण वाजू लागले. राजाच्या बरोबरीनेच युवराजचा हाथी चालला होता. दुसऱ्या बाजूने प्रधानमंत्री हत्तीवर स्वार होता.

ही सवारी पाटलिपुत्रच्या राजमार्गावर पोहोचली तितक्यात समोरून एक घोडेस्वार वेगाने आला. त्याने त्याच वेगाने येत भाल्याच्या टोकाला एक चिठ्ठी लटकवून राक्षसाच्या स्वाधीन केली. चिठ्ठी वाचून राक्षसाच्या चेहऱ्यावर विचित्रच भाव दिसत होते. त्याने आपला हत्ती राजाच्या हत्तीजवळ आणून सांगीतले की 'महाराज, मला दुसऱ्या मार्गाने राजदरबारात जाण्याची परवानगी द्या. मला काही तयारी करायची आहे'.

राक्षस मार्ग बदलून गेला. राजाने काही लक्ष दिलं नाही पुष्पवृष्टी करणाऱ्या तरूण स्त्रीयांवर त्याचं लक्ष होतं. तितक्यात चाणक्याने तयार केलेल्या बनावट फाटकाजवळ सवारी आली. काही क्षण चंद्रगुप्त तिथे थांबला आणि आपल्या घोड्याला दुसरीकडेच वळविले.

इकडे मुरादेवी बैचेन होती, 'पतीची हत्या घडवून आणणे ठीक आहे?' हाच प्रश्न तिच्या मनाला सतावत होता. तिला अपराधी असल्या सारखे वाटत होते. पुत्राला सिंहासन देण्यासाठी पतीची हत्या करणे तिला घोर पाप असल्याची जाणीव झाली होती. वृंदा शांतपणे उभी होती. मुरादेवी यावेळी कोठे निघाले आहे हे काही तिच्या लक्षात येत नव्हते. ती नाराज स्वरात बोलली, काय पहात आहात, लवकर चला नाही तर ......

हे ऐकून वृंदा पळतच गेली आणि पालखी सोबत आली. या गोष्टीचा काही फायदा होईल असे वाटत नव्हते. तरी पण ती पालखीमध्ये जाऊन बसली.

27

मुरादेवीची पालखी अद्याप रस्त्यातच असताना तिला ओरडण्याचा, रडण्याचा आवाज ऐकू येऊ लागला. तिच्या ऱ्हदयातून भीतीची एक लहर येऊन गेली. शरीर घामाने भिजले. छातीतली धडधड वाढली. ती तिच्या पतीला नाही वाचवू शकली. विचारशक्ती थांबल्यासारखं वाटलं. पालखी अधिक पुढे गेल्यावर 'राक्षसाचा विजय असो' असे शब्द तिच्या कानावर पडल्यावर मरून जीवंत झाल्यासारखे वाटले तिला. दुसऱ्यांदाही तोच जयघोष ऐकला त्यावेळी तिच्या चेहऱ्यावर आनंद दिसला. तर तो आवाज माझ्या ऱ्हदयातला होता.... चला, बरं झालं. राक्षस महान आहे. त्याने चाणक्याचे कारस्थान उधळून लावले आणि महाराजाला वाचवले. एक मी आहे.... ज्यानं मला स्वीकारलं ..... माझ्यावर जीवापाड प्रेम केलं.... त्याचाच बदला घेण्याचा निर्णय घेतला, राक्षस तू खरोखरच खरा राजनिष्ठ आहेस. चाणक्याचे सारे कुटिल डाव उधवस्त करून तू राजाला जीवदान दिलेस. मी पापी स्त्री या गोष्टीचे प्रायश्चित करेल. मला महालात परत नाही जायचे. स्वतःचा जीव देऊन मला प्रायश्चित करायचे आहे. आता चाणक्याचे कारस्थान उघड होईल. ती असा विचार करत होती, तितक्यात 'राक्षसाचा विजय असो' असा जय घोष तिच्या कानी पडला. ती स्वतःशीच पुटपुटली, 'मी रडण्या ओरडण्याचा आवाज देखील ऐकलाय, तो कोठून आला होता? काय माझ्या मनाचा भ्रम होता? तिथेच जाऊनच माहित पडेल' पालखी जवळ गेल्यावर रडण्या-ओरडण्याचा स्पष्ट आवाज ऐकू येऊ लागला.

'भयंकर नरसंहार' असे म्हणत गर्दी धावत-पळत होती. अनेकजण तर पालखीवर आदळले. अनेकांनी कहारांना देत पळ काढला. कहारांनी पालखी जमीनीवर टेकवली आणि काळजी घेतली की, गर्दीने पालखीचे काही नुकसान करू नये. तितक्यात गर्दीतून एक मोठा आक्रोश त्यांच्या कानी पडला. तिचा जीव जणू गळयात आल्यासारख वाटला. असे वाटतेय की, चाणक्याचे कारस्थान यशस्वी झाले आहे. मग 'राक्षसाचा विजय असो' असा जयघोष का होत आहे' ती असा विचार करत असतानाच एक कहार बोलला, राणीसाहेब यापुढे पालखीला घेऊन जाता येणार नाही. वाटतेय

की, मोठा अपघात झाला आहे. मोठी गर्दी आपल्याच दिशेन धावत येत आहे. विचारले तरी कोणी काही सांगत नाही. सर्वजण राक्षसाच्या नावाने बोटे मोडत आहेत. तर काही लोकांना हे मोठे कारस्थान असल्याचा संशय येत आहे. हे ऐकून मुरा देवी पालखीच्या बाहेर आली आणि कहरांना म्हणाली 'तिकडे जाऊन पहा बरं काय घडलयं ते?'

'जशी आपली आज्ञा....' म्हणत तो निघून गेला.

मुरा देवीजवळ आता प्रतिक्षा करण्या इतकाही वेळ नवहता. ती अधीर झाली होती. ती बाकीच्या कहराला म्हणाली, तो तर तिकडेच थांबलाय. तुम्ही चला माझ्यासोबत. मी स्वतःच पहाते काय झालंय ते?' असे म्हणून ती पुढे निघून गेली. कहार तिच्या सोबतच होते. प्रत्येक्ष क्षणी राणीची मनस्थिती बदलत होती. तिच्या काही लक्षात येत नव्हते. गर्दीचे देखील तिला भान राहीले नव्हते. मुरा देवी गर्दीच्या जवळ येऊन थांबली, कहाराने सांगितले, 'महाराणी या पुढे जाणे कठीण आहे.... आपण परत जावे'.

मुरा देवी कोणत्या तोंडाने राजवाड्यात जाणार होती, त्या कारस्थानात ती तर सक्रीय सहभागी झाली होती. तिने दोनही कहाराला सांगितले, 'मला त्या गर्दीजवळ घेऊन चला.... अपघात किती तोठा आहे.... तो मला पहायचाय, कहाराने गर्दीतून वाट काढत राणीला राजव्दाराजवळ आणले. काळजाचा थरकाप उडवणारं दृष्य पाहून मुरा देवी अर्धमेली झाली. तिचं अंगअंग आक्रोश करू लागलं. तिच्या नरजेसमोर असंख्य पार्थीव पडलेले होते. रक्ताने सारा चिखल झाला होता.

मुराच्या शरीराचा थरकाप झाला, घाम सुटला आणि वाटले की चक्कर येऊन पडते की काय, तितक्यात तिच्या कानात हळूच येऊन कोणीतरी सांगीतले. देवी अशा विदारक ठिकाणी आपण यायला नको होते. आपण फारच धाडसी आहात आपले कारस्थान यशस्वी झालेलं पहायला प्रत्यक्ष आलात. आपल्याला जे करायचं होतं तेच झालं आहे. अधिकारी आणि प्रजेला असे वाटतेय की हे सारं राक्षसाचं कारस्थान आहे. मी जात आहे, आपणही रंगमहाकडे परतावे' आवाज ओळखीचा वाटला.

मुराने पडदा घेतला होता चेहऱ्यावर. तरीपण बोलण्याच्या ढंगावरून तो दृष्ट आणि कपटी ब्राह्मणच असावा असे वाटले. मुरा देवीला अत्यत पश्चाताप वाटला. ती दुःख आणि वेदनेने गलितगात्र झाली. तिच्यात काही त्राणच राहीला नव्हता. नरसंहार झालेल्या ठिकाणी ती बोलू लागली. दृष्ट कपटी ब्रह्मणा, तू माझ्याकडून हे कसल कुकृत्य करून घेलस... मी घडलेला सर्व प्रकार सांगून इथेच प्राणत्याग करणार आहे. हिच माझी शिक्षा आहे आणि ज्यावेळी लोकांना माहीत होईल त्यावेळी ते तुला आणि

तुझ्यासोबत असणाऱ्या माझ्या पुत्रालाही सोडणार नाहीत. असे म्हणून तिने तोंडावरचा पडदा बाजुला केला आणि म्हणाली हा निघृण हत्याकांड राक्षसाने नाही... 'पुढे काही बोलणार तोच चाणक्याने ईशारा केला आणि गर्दीतून दोन चार भील मोठ्या चपळाईने तिच्या अंगावर धावले'.

आपल्या दिशेने त्या भिलांना येताना पाहून मुरा देवीने समजून घेतले की, एक तर मला ठार करणार आहेत किंवा बंदी तरी यापेक्षा या खड्यात उडी मारून मेलेलं काय वाईट. मी केलेल्या कारस्थानाचा शेवट हाच आहे. असा विचार करून खड्याच्या काठापर्यंत आलेली मुरा बोलली, कपटी चाणक्या तुला या हत्याकांडाची शिक्षा जरूर मिळेल... मी आपल्या कुळ आणि पतीसोबत कारस्थान केले आहे. त्या गुन्ह्याची शिक्षा म्हणून मी आत खड्यात उडी मारत आहे. असे म्हणून तीने हत्यांकांड झालेल्या खदाणीत उडी मारली.

हे सारं मंत्री राक्षसाला माहित नव्हतं. राजाची हत्तीवरून सवारी निघाली असताना राक्षसाच्या हातात जी चिठ्ठी पडली होती. त्यात स्पष्ट म्हटलं होतं की, शहराला पर्वतेश्वराच्या सैन्याने घेरले आहे. नेमकी परिस्थिती काय आहे ते पहाण्यासाठी राक्षस गेला होता. म्हणून इकडे घडलेला प्रकार राक्षसाला माहीत नव्हता.

राक्षस गेल्यानंतर राजप्रसादाच्या जवळच आणि सुदंरदासाच्या हवेलीपासून एक खोल खदाण खोदण्यात आली होती. राजाची सवारी त्या खदाणीजवळ येताच हत्तीसहीत सर्व नंद घराणं खदाणीत गडप झालं, ते सारे खदाणीत पडल्यावर चाणक्याच्या लोकांनी त्यांचे तुकडे तुकडे केले. त्याच लोकांनी नंतर 'मंत्री राक्षसाचा विजय असो' अशा घोषणा द्यायला सुरूवात केली. लोकांना वाटले की, हा हत्याकांड राक्षसानेच घडवून आणला आहे. हे सर्वांना माहीत होते की, महाराज मुरा देवीच्या रंगमहातून बाहेर पडण्याच्या बेतात नव्हते पण राक्षसानेच आग्रह करून राजाला बाहेर बोलावले. त्यानेच हे कारस्थान केले असून तोच नंदवंशाचा हत्यारा आहे.

अधिकारी आणि प्रजेचा त्याच्यावर जो विश्वास होता तोच नष्ट करायचा होता चाणक्याला. नंतर त्याचा मार्ग मोकळा होता. सोबतच चाणक्याने असाही प्रचार केला की, चंद्रगुप्त जर नसता तर मगध राज्य पर्वतेश्वराने कधीच आपल्या ताब्यात घेतले असते. चंद्रगुप्तानेच पर्वतेश्वराचा पराभव केला आणि मगध साम्राज्याचे संरक्षण केले.

28

यवनी सत्तेच्या वर्चस्वाखाली असणारा राजा म्हणजे पर्वतेश्वर. सिंकदराने त्याच्यावर आक्रमण करून त्याचा पराभव केला होता. त्याचे मांडलिकत्व स्वीकारल्यानंतर पर्वतेश्वराला राज्य परत मिळाले होते. पर्वतेश्वर हा पाटलिपुत्रच्या राजाचा फार हेवा करायचा. मगधचा सम्राट त्याला इराणी म्हणायचा, कारण त्याच्या सैन्यामध्ये अनेक यवन होते. मगधचे साम्राज्य विशाल आणि अपराजित असल्याचा त्याला फार गर्व होता. हाच गर्व पर्वतेश्वराला नष्ट करायचा होता. असे असताना त्याला राक्षसाचा शिक्का असणारे पत्र मिळाले आणि त्याच्यासाठी चालून आलेली संधीच होती. त्याला आता मगध सम्राटाचा गर्व हरण करता येणार होता.

चाणक्याने राक्षसाच्या नावाने पर्वतेश्वराला जे पत्र लिहीले होते, ते पुढीलप्रमाणे होते; अमुक दिवशी आपण काही सैनिक घेऊन पाटलिपुत्रमध्ये दाखल झालात तर तुमचे काम होईल. फार मोठ्या सैन्याची गरज नाही. जास्त सैन्य आणले तर प्रजा घाबरून जाईल. कोणी विचारलेच तर सांगा की, राजा धनानंदाच्या परवानगीनेच काही दिवसासाठी आम्ही इथे थांबलो आहोत. इकडे माझं सैन्य तयार आहे. सेनापती भागुरायण देखील सहमत आहे. मगध साम्राज्य नष्ट करण्यासाठी आपल्याला रक्तपात नाही करावा लागणार. आपण आला माहीत तर मग माझं काही खरं नाही आपणच आपल्या हाताने ही संधी घालवून बसाल. यश मिळालं तर आपल्या सारख्या ज्ञानी राजाचा प्रधानमंत्री होण्याचे भाग्य मला मिळू शकते आणि मगधच्या प्रजेला एक लायक राजा मिळेल तसेच नंदवंशाचा विनाश देखील होईल.

पत्र फारच प्रभावी भाषेत होते. मगध सम्राटाचा हेवा करणारा पर्वतेश्वर आनंदाने तयार झाला. पर्वतेश्वराने विचार केला की, भागुरायण सेनापती तयार आहे. राक्षस तयार आहे. तर मग जास्त सैन्याची गरजच काय आहे. काही सैनिक पुरेसे आहेत असा विचार करून त्याने एका सैनिकी तुकडीसहीत शहराला वेढा दिला होता.

परंतु पर्वतेश्वराला बाकीच्या भानगडी कुठे माहित होत्या. त्याच्या पदरी घोर निराशा पडली. त्याला फार मोठ्या अपेक्षा होत्या त्यांच्या पाटलिपुत्रकडून सैन्याची मदत मिळालीच नाही उलट पर्वतेश्वराच्या लक्षात आले होते की, राजनिष्ट राक्षस अशा प्रकारची धोकाबाजी कसे करील? मी त्याच वेळी विचार करायला हवा होता राक्षसासारखा कर्तव्यनिष्ठ आणि राजाचा एकनिष्ठ असणारा व्यक्ती असे पत्र पाठवू शकत नाही. माझ्याकडून मोठीच चूक झाली आहे. मी थोडाही विचार केला नाही की, मला निंमत्रित करून फसवलं तर नाही! राक्षसारखा व्यक्ती अशाप्रकारचे पत्र कसे लिहू शकेल! आता कुठे पर्वतेश्वराच्या लक्षात एक गोष्ट आली. परंतु तो करू तरी काय शकत होता. त्याच्याजवळ सैन्यबळही नव्हतं. सैन्याची एक तुकडी काय करू शकते. त्याने आपल्या सैन्याचे आत्मबळ वाढविण्यासाठी म्हटलं चिंता करू नाही तुम्ही देखील प्रतिवार करा. परंतु संख्येनं कमी असणारं सैन्य बाणाच्या वर्षावाने घाबरून पळू लागलं भागुरायणच्या सैनिकाने त्याचा पाठलाग सुरू केला. त्या सैन्याच्या सर्वात पुढे चंद्रगुप्त होता आणि तो सर्वांना ओरडून सांगत होता. त्यांचा पाठलाग करा. यावेळी चंद्रगुप्ताचे शौर्य पहाण्यासारखे होते. त्याचं अंग अंग शौर्याने उफाळून आलं होतं. अंगात एक प्रकारचा जोश होता. नजर होती पळून जाणाऱ्या सैनिकाच्या मागे. युध्दाचं संचलन तो एखाद्या कुशल सेनापतीसारखं करीत होता. पहाता पहाता पर्वतेश्वराच्या सैन्याला चंद्रगुप्त आणि भागुरायणच्या सैन्यान घेरले. चंद्रगुप्त तर पर्वतेश्वराला बंदी करू इच्छित होता. तो पर्वतेश्वराच्या मागे धावला.

चाणक्याने अगोदरच त्याला सांगून ठवेलं होतं, बेटा जर का तू पर्वतेश्वराला बंदी केलेस की सत्ता तुझीच म्हणून समज, पण तू त्याला बंदी करू शकला नाहीस तर सगळं व्यर्थ जाईल'

चंद्रगुप्तासाठी गुरूची आज्ञा म्हणजे एक आव्हानच होते कदाचित हीच गुरूदक्षिणा होती. सर्वशक्ती एकवटून तो पर्वतश्वराच्या मागे लागला.

ती परिस्थितीच तशी होती. नंदवंशाचा अचानक विनाश झाला होता. लोकांचा राक्षसावर विश्वास होता. दासीपुत्र चंद्रगुप्ताला सिहांसनावर बसलंलं लोकांना आवडलं नसतं. अशा परिस्थितीत पर्वतश्वराला बंदी करून लोकांचे मन जिकणे गरजेचे होते. चाणक्याचा हाच प्रयत्न होता. म्हणूनच हे कठीण काम त्याने चंद्रगूप्तावर सोपवले होते. चंद्रगुप्तही काही साधारण तरूण नव्हता. मगध आणि पर्वतेश्वराच्या सीमेवर चंद्रगुप्ताने त्याला गाठलेच.

दोन्ही बाजूच्या सैन्याने युध्दाला आरंभ केला. या युध्दात चंद्रगुप्ताने आपली विरता दाखवून आपण काय आहोत हे सिध्द केले होते. पर्वतेश्वराच्या सैनीकांना पराभूत करून त्यांचं आत्मबल भंग केलं होतं.

पर्वतेश्वराने विनंती केली की, तुला मोठी संपत्ती देतो, मंत्री करतो, अमिष देण्याचा प्रयत्न करूनही चंद्रगुप्ताने त्याला सोडले नाही. त्याने कठोर शब्दात उत्तर दिलं 'माझ्या गुरूची आज्ञा आहे की, आपल्याला त्यांच्यासमोर उभे करावे, तू अमिष कोणाला देतो आहेस, अमिष म्हणजे काय असतं असे म्हणून त्याला चंद्रगुप्ताने पाटलिपुत्र शहरात आणले.

पर्वतेश्वराला आता फारच पश्चाताप झाला होता. मी मूर्ख राक्षसाच्या त्या पत्रावर विश्वास ठेवून या शहरात आलोच कशाला? धोका देवून अशी वाईट अवस्था करून घेण्यासाठी? माझ्या मनात तुझ्याबद्दल अपार श्रध्दा होती. यामुळे की तू एक राजनिष्ठ मंत्री आहेस परंतु अशाप्रकारचे पत्र हातात पडताच तुझ्यावरची माझी श्रध्दा डळमळीत व्हायला हवी होती. काय करणार मीच स्वार्थी झालो होतो. पर्वतेश्वर आता पश्चातापाचा विचारच करू शकत होता. पाटलिपुत्रशहराकडे येताना त्याच्या मनात सारखा हाच विचार घोळत होतो. त्यानंतर अचानक त्याला काही स्मरण झाल्यासारखे त्याने एक प्रश्न विचारला, 'मला अशा पध्दतीने मूर्ख ठरवून राक्षसाला काय मिळणार आहे?'

चंद्रगुप्ताने उत्तर दिले, 'राक्षस बुध्दिमान आणि देशभक्त व्यक्ती आहे... त्यांच्या मनातले आम्हाला कसे माहीत असणार!'

हे सर्व ऐकून पर्वतेश्वर निरूत्तर झाला. चाणक्याने जितके सांगितले तितकेच तो बोलला. अधिक बोलणं त्याने टाळलं. गुरूदेवाने इतके सगळं माझ्यासाठी तर केलं आहे. असे असेल तर मी गुरूदेवाचे नाव कशाला सांगू? तसे पाहिले तर चंद्रगुप्ताला कारस्थान करणे पसंत नव्हते. पण तो गुरूदेवाला ईश्वरासमान समजत होता. तो त्याच्या विरोधात जाऊ शकत नव्हता. चांगलं काय, वाईट काय, याच्याशी चंद्रगुप्ताचे काही देणे-घेणे नव्हते. फक्त चाणक्याची आज्ञा पालन करणे इतकेच त्याचे कर्तव्य आणि धर्म समजत होता. चाणक्याने त्याला अगोदरच सूचना दिली होती की त्याने पर्वतेश्वराजवळ काहीही बोलू नये. आपल्या गुरूच्या आज्ञेचे उल्लघन तो कसे करील बरे?

इकडे चाणक्य चिंतागस्त होता. त्याला माहीत नव्हते चंद्रगुप्ताने काय केले होतो. पर्वतेश्वराला बंदी जर नाही केले तर सारं व्यर्थ ठरणार होते.

29

पर्वतेश्वराला चंद्रगुप्ताने पकडून आणले आहे हे ऐकल्यावर चाणक्याला फारच आनंद झाला. आनंदाने बहोश होवून त्याने शहरात दंवडी पिटवली की, ऐकऽऽ हो ऐकाऽऽ महाराज धनानंदाची आणि त्याच्या पुत्राची कोणीतरी कारस्थान रचून हत्या केली आहे. अशा नाजूक परिस्थितीत पर्वतेश्वराने शहराला घेरले होते. चंद्रगुप्ताने सेनापती भागुरायणच्या मदतीने पर्वतेश्वराच्या सैनिकांचा सामना करून शेवटी पर्वतेश्वराला पराभूत केले असून त्याला चंद्रगुप्ताने पकडून आणले आहे. या कारस्थानाच्या मागे जो कोणी आहे त्याला शिक्षा तर मिळेलच. शिवाय, महाराज चंद्रगुप्त पर्वतेश्वरालाही शिक्षा देतील. राजा धनानंदाला कारस्थान करून मारणाऱ्याला पकडून आणल्या जात आहे. तेव्हा प्रजेने महाराज चंद्रगुप्ताचे स्वागत त्याचा जयजयकार करून करावे.

चाणक्याने मोठ्या हुशारीने राज्यभिषेकाशिवाय चंद्रगुप्ताला मगध साम्राज्याचा राजा म्हणून घोषित केले होते. जागोजागी फुलांच्या माळा तोरण लावण्याची आणि त्याच्या स्वागताची तयारी देखील केली होती चंद्रगुप्त अजून येतच होता.

मंत्री ज्यावेळी मिळालेल्या चिठ्ठीनुसार शहराच्या बाहेर आला त्यावेळी त्याला मोठं आश्चर्य वाटले. पर्वतेश्वराच्या एका सैनिकी तुकडीने शहराच्या दूर अंतरावर आपला तळ ठोकला होता. दुसरीकडे भागुरायणने मोठी सेना घेऊन जी तयारी दाखवली होती त्याचा राक्षसाला आनंद झाला होता. भागुरायण मात्र सैनिकासह दिसत नव्हता म्हणून दुसऱ्या एका सेनापतीला बोलावून घेण्याचा प्रयत्न केला. पण राक्षसाकडे कोणी आले नाही.

राक्षसाला फार वाईट वाटले. राज्याचा मी इतका मोठा मंत्री असून मी बोलावतो आहे आणि कोणी येत नाही. तो स्वतः त्या दुसऱ्या सेनापतीजवळ गेला आणि त्याने विचारले की, तू माझी आज्ञा मोडलीस, योग्य केलेस

का? पर्वतेश्वराने पाटलिपुत्रला वेढा दिला आहे. तू ताबडतोब सैन्य घेऊन जा.

तो सेनापती मोठ्या नम्रपणे म्हणाला, 'माफ करा मंत्रिमहोदय, या वेळी सेनापती भागुरायणचीच आज्ञा मी पाळली पाहिजे. त्यांची आज्ञा नसताना मी एक पाऊलही पुढे टाकणार नाही'

राक्षसाच्या भुवया ताणल्या गेल्या, त्याला राग आला होता. तो म्हणाला, तू माझी आज्ञा मोडतोस? तुला माहीत नाही, मी या राज्याचा मंत्री असून माझा दर्जा भागुरायणपेक्षा वरचा आहे.

त्या दुसऱ्या सेनापतीने फक्त स्मित हास्य केलं. राक्षस काही बोलणार इतक्यात त्याने ऱ्हदय बंद पडावे असा करूण आक्रोश ऐकला. तो करड्या आवाजात ओरडला, 'पर्वतेश्वराची सेना शहरात घुसून रक्तपात घडवत आहे आणि आपण भागुरायणच्या आज्ञेची वाट पहात आहात?'

अगदीच संयम बाळगत तो सेनापती बोलला, 'सेनापती भागुरायणच्या आज्ञेला बांधील आहे, आज्ञेशिवाय मी काही करू शकणार नाही'

श्वास रोखत राक्षस बोलला, 'ओह! अशी भानगड आहे तर भागुरायण! पर्वतेश्वराला मिळालेला दिसतोय, सेनापती राज्य बुडवायला निघाला आहे तर.... कुठे तोंड लपवून बसलाय तू भागुरायण?' राक्षस थोड्या कडक स्वरात बोलला

तितक्यात एक ध्वनी कानावर पडला. मंत्री राक्षस, तुला तर मंत्री म्हणायची देखील लाज वाटू लागली आहे. सर्व शहरात माहीत झाले आहे की, तूच राजघरण्याची हत्या घडवून आणलीस परंतु मी आता पाटलिपुत्रचा विनाश नाही होऊन देणार. तुझ्या कृष्णकृत्याची शिक्षा तुला जरूर मिळेल.

हा ध्वनी कानी पडताच राक्षस सावरला, कोणाचा आवाज आहे हा? समोर येत भागुरायण बोलला, 'मंत्री महोदय, आपण तर मलाही विसरलात' असे म्हणून त्याने सैन्याला पर्वतेश्वरावर हल्ला करण्याचा आदेश दिला.

राक्षसाच्या काहीच लक्षात आले नाही. तो आवाजाच्या दिशेने निघून गेला. भागुरायणला काही म्हणणे त्याला योग्य वाटले नाही. त्याला महाराजाची चिंता होती, थोडं पुढे जाऊन पाहिले तर त्याला सर्वत्र हाहाकार ऐकायला मिळाला. काय चाललय त्याच्या काही लक्षात आलं नाही. मध्येच त्याच्या नावाने कोणीतरी हाक मारली. मागे वळून पाहिल्यावर त्याला दिसले की,

तो तर व्दारपाल होता. व्दारपाल म्हणाला, 'मंत्री महोदय, अशावेळी आपलं बाहेर पडणं योग्य नाही. प्रजेमध्ये राग आहे, ती आपल्याला शोधत आहे'.

राक्षसाला तर काहीच माहीत नव्हतं. तो म्हणाला, 'सवारी अजून सभामंडपापर्यंत पोहचली नाही का?' व्दारपालाने हळू आवाजात सांगितले 'हे आपण काय विचारत आहात, मंत्री महोदय? आपणच तर ते कारस्थान रचले होते ज्यामुळे सर्व नंदवंश मृत्युच्या तोंडात सापडले.

'तू काय बडबडत आहेस व्दारपाल? क्रूध प्रजा मला का शोधत आहे? मी काय केलं आहे? त्या कपटी मुरेच्या प्रेम जाळयातून महाराजाची सुटका करून त्यांना राज्यकारभारात लक्ष घालायला भाग पाडलं आहे मी म्हणून प्रजा नाराज आहे का? तू मद्यपान वगैरे तर केले नाही ना?'

मंत्री महोदय, चला येथून मी आपल्याला सर्व वृत्तांत सांगतो. आपण दोषी असलात तरी मी आपला सेवक आहे. महाराजाची अचानक हत्या झाली आहे. सर्व नंदवंश नष्ट झालो आहे. त्याचे खापर आपल्याच माथ्यावर फोडल्या जात आहे. क्रूध प्रजा आपल्याला इजा पोहचू शकते' व्दारपालाची माहीती ऐकून राक्षसाला जबरदस्त मानसिक धक्का बसला, 'महाराजांची हत्या....? काय बडबडतोस तू हे?'

'मंत्री महोदय, आपण येथून चालावे' परंतु का? मी तर काहीही गुन्हा केलेला नाही. मग मी का जाऊ? राक्षसाला राग आला.

'मंत्री महोदय, आपल्या लक्षात का येत नाही? इथे तुम्हाला काय सांगू मी? प्रजा तर असे म्हणत आहे की, राजा आणि युवराज ज्या खदाणीत पडून ठार झाले आहेत ती आपणच खोदली होती. कसला तरी बहाणा करून आपण तेथून निघून गेलात.

'कसली खदाण रे मूर्खा! काय बोलतोस काय तू?' 'आपण एखाद्या गुप्तस्थळी चलावे मी सारं काही सांगतो' आता कुठे मंत्र्याच्या हे लक्षात आले होते की, काहीतरी अघटीत जरूर घडलं आहे आणि प्रजेला माझा संशय येतोय. भागुरायण देखील असेच काहीतरी म्हणत होता.

राक्षस तेथून व्दारपालाच्या मित्राच्या घरी गेलो. कोणीतरी माझ्या नावाने मोठे कारस्थान रचलेलं दिसतय. कदाचित भागुरायण देखील असू शकतो. ठीक आहे भागुरायण, मी तुला नाही सोडणांरं. मी प्रतिज्ञा करतो. मला माहित नव्हतं तू इतका अधम आणि कपटी असशील. म्हणून तुझा निषेध करतो मी भागुरायण.... या आरोपातून फक्त माझी मुक्तता व्हायला हवी. पहा तुला कसं सळो की पळो करून सोडतोय ते'.

30

चाणक्याने आपल्या कुवतीपेक्षा जास्त चंद्रगुप्ताच्या स्वागताची तयारी केली. त्याची इच्छाच होती की, पकडून आणलेल्या पर्वतेश्वराला शिक्षा कराण्याची चाणक्याच्या लोकांनी चंद्रगुप्ताला पध्दतशीरपणे आणले. सर्वत्र ही वार्ता पसरविली की, चंद्रगुप्ताने पर्वतेश्वराला पकडून राज्याची शान राखली आहे. भागुरायणने ऐनवेळेवर चंद्रगुप्ताला सहकार्य करून हे सिध्द केले की, राज्याच्या सुरक्षेच्या संदर्भात तो किती सावध आहे. चाणक्याच्या लोकांनी ठिक ठिकाणी चंद्रगुप्त आणि भागुरायणच्या महानतेच्या घोषणा दिल्या. चंद्रगुप्ताला प्रजेची सहानुभुती मिळावी असे चाणक्याला वाटत होतं कारण राजसिंहासन त्याला सहज मिळावे. दुसऱ्याला दावा सांगता येऊ नये.

चंद्रगुप्त शहरात दाखल झाल्यावर त्याच्यासोबत पर्वतेश्वर देखील होता. चंद्रगुप्ताला खरोखरच लोकांची साथ मिळाली, त्यांच्या आणि भागुराणच्या जयजयकाराच्या घोषणा प्रजेने दिल्या. राजा धनानंदाच्या हत्याकांडाचे दुःख विसरायला ही घटना पुरेशी होती.

चाणक्याला समय सूचकतेचे अचूक भान होते. चंद्रगुप्ताला ताबडतोब राजमहालात आणून त्याचा राजभिषेक करण्याच्या तो बेतात होता. पर्वतेश्वराला तत्काळ जेलमध्ये टाकण्यात आले. त्यानंतर भागुरायण तसेच चंद्रगुप्ताला बोलावून राज्यभिषेकाच्या संदर्भात त्याच्याशी चर्चा केली.

शंका घेत भागुरायणने म्हटले,' राक्षसाचे काय म्हणणे आहे ते पाहिले पाहिजे. ते कुठे आहेत आणि काय करत आहे. हे काही माहीत नाही'

चाणक्याला हसू आलं, 'त्याच्या मागे मी एक गुप्तहेर सोडला आहे, राक्षस एक असामान्य माणूस आहे. त्याला या राज्याच्या बाहेर जाऊ देणे धोक्याचे ठरेल. तो जर पळून जाण्यात यशस्वी झाला तर काहीही करू शकतो. कोणत्याही परिस्थितीत त्याने मंत्री या पदावर कायम असणे

गरजेचे आहे. परंतु त्याच्याही पूर्वी राज्यभिषेक होणे गरजेचे आहे. राजा असेल तर इतर पदे असतील. भागुरायण ही जबाबदारी मी तुझ्यावर सोपवतो आहे. असं करा दवंडी द्या. संपूर्ण विधीसह राज्यभिषेक झाला पाहिजे. त्यासाठी जे आवश्यक आहे ते करा. मंत्र्याची बैठक बोलवा, चंद्रगुप्ताचे गुणगाण गा आणि आपलं हित पहा. राक्षसाचं काय करायचं याचा मी विचार करतो'

भागुरायणने ही जबाबदारी स्वतःवर घेतली चाणक्याने सांगितल्याप्रमाणे त्याने शहरातील श्रीमंताना सांगीतले की, चंद्रगुप्ताने शहराच्या कल्याणासाठी भरीव काम केले आहे. चंद्रगुप्त सद्या नंदकुळाची कोणी हत्या केली याचा शोध घेत आहे. राज्यपदासाठी त्याच्या इतका लायक व्यक्ती शोधूनही सापडणार नाही. भागुरायणचा प्रयत्न यशस्वी झाला. चंद्रगुप्ताच्या राज्यभिषेकाला प्रजेची अनुमती मिळाली.

चंद्रगुप्त एक प्रखर, बुध्दीमान आणि वीर पुरूष होता. चाणक्याचा शिष्य महटल्यावर काय चंद्रगुप्ताने पर्वतेश्वराला चाणक्याच्या समोर उभे केले. इच्छा नसताना पर्वतेश्वराला चाणक्याच्या समोर उभे केले. इच्छा नसतांना पर्वतेश्वराला बोलावे लागले. 'मला राक्षसाने निमंत्रण पाठवले होते, त्यानुसार मी पाटलिपुत्र राज्यावर हल्ला केला'

नंतर चाणक्याने त्याला म्हटलं, ते पत्र मला देवून टाक.

पर्वतेश्वराने जे काही म्हटलं होतं ते चाणक्याने लिहून घेतलं. चाणक्य अतिशय प्रसन्न होता. अगदी प्रत्येक गोष्ट त्याने आपल्या मनासारखी घडवून आणली होती. सापही मेला आणि काठीही तुटली नाही.

चाणक्य भागुरायणला बाजूला घेऊन बोलला, 'मंत्री, राक्षसाला काहीही करून आपल्या बाजूने वळवा. पर्वतेश्वर काय म्हणाला ते त्याला सांगण्याची गरज नाही. मंत्री महोदयाला सांगा की जे घडणार होतं ते घडून गेलं. अशा स्थितीत आपण सर्व मिळून हे कारस्थान कोणी केलं याचा शोध घेऊ आणि त्याला शिक्षा देवू. मला इतकेच म्हणायचे आहे की, हत्याकांड विसरून मंत्र्याने आपल्यासोबत असावे. हीच परिस्थितीची मागणी आहे आणि राजकारणाची देखील.....'

भागुरायणला माहीत होतं की, राक्षस त्याच्यावर चिडलेला आहे आणि त्याचं म्हणणं तो काही ऐकणार नाही. याचा अंदाज त्याला होता. फक्त

चाणक्याला हे समजून घ्यायचं होतं की, राक्षसाची नेमकी काय इच्छा आहे?

तिकडे राक्षस आत्मचिंतनात मग्न होता. त्याला यावेळी काय करावे, कोणाची मदत घ्यावी हे काही समजत नव्हते. इतक्या कट-कारस्थानाची खबर त्याला अजिबात कशी काय लागली नाही. ही काही साधी गोष्ट नव्हती. खरे सांगायचे तर त्याच्या पायाखालची जमीन सरकली होती,आता त्याचा कोणावरही विश्वास नव्हता. व्दारपालाला तशी खात्री होती की, राक्षस हा अत्यंत राजनिष्ट व्यक्ती होता तो राजाच्या विरोधात असे कारस्थान वगैरे करणार नाही. यामध्ये एखाद्या कुटील व्यक्तीचाच हात असायला हवा. स्वतःशी विचार करत राक्षस पुटपुटला व्दारपाला इतका विश्वासू व्यक्ती आज तरी मिळणार नाही आणि यावेळी मला अशा व्यक्तीचीच गरज आहे.

भागुरायंणने मंत्री राक्षसाला शेवटी शोधून काढलेच.

31

राक्षसाची मानसिक स्थिती अत्यंत वाईट होती. तो बैचेन आणि अस्वस्थ असा झाला होता. मनामध्ये एक प्रकारची भीती बसली होती. इच्छा असूनही तो व्दारपालाच्या मित्राच्या घरातून बाहेर पडत नव्हता. कारण प्रजेच्या नजरेत नंदवंशाचा विनाश करणारा अशी त्याची प्रतिमा झालेली होती. अशा प्रकारचा आरोप त्याच्यावर असताना तो शहरात फिरू शकत नव्हता. त्याच्याबरोबर काहीही घडू शकत होतं. तसा तो काही भित्रा व्यक्ती नव्हता. परंतु परिस्थितीच्या समोर हतबल झाला होता. बसल्या ठिकाणी विचार करत होता. 'राजा आणि राज्यासाठी मी इतकं केलं' चोहीकडे साम्राज्याचा दबदबा होता. याचा मला काय फायदा मिळाला? मोठ्या अधिकाऱ्यापासून कर्मचाऱ्यापर्यंत माझा शब्द पाळल्या जायचा? राज्याची सर्व माहिती मला असायची असे असतांना माझ्या डोळ्यासमोर कट कारस्थान केल्या जातं आणि मला त्याची जराही कल्पना येत नाही. शेवटी कूठे कमी पडलो मी?' हा सगळा तो विचारच करत होता. तितक्यात भागुरायण तिथे येतो. प्रवेश व्दारातून येत राक्षसाच्या समोर उभा राहतो.

भागुरायण एक कुशल सेनानायक होता. परंतु हूशारी आणि कारस्थानासारख्या गोष्टी त्याला समजत नसत. मंत्री राक्षसाच्या समोर येताच चाणक्याने सांगीतलेल्या सर्व गोष्टी तो विसरून गेला.

क्रोधीष्ट होऊन राक्षस ओरडला 'भागुरायण! नंदवंशाचा विनाश करून आता इथे कशासाठी आलास? प्रजा मला खुशाल मगधाचा शत्रू समजते पण मला माहीत आहे की हे सर्व तूच घडवून आणलेस. नंदवंशाचा विनाश करणारा तूच आहेस. मला भेटून आता तू काय करणार आहेस? स्वतःला तू एक यौध्दा म्हणवून घेतोस ना? काय यौध्दा अशाप्रकारचं कृत्य करतो? काय महाराजाची सुरक्षा करण्याच्या नावाखाली संपूर्ण नंद घराण्यालाच स्वर्गाचा रस्ता दाखवलास ना?'

भागुरायण कुटनीतिज्ञ अथवा तत्वज्ञानी थोडाच होता. काहीच बोलू शकला नाही. पण थोडा जवळ येऊन बोलला, 'मंत्री महोदय, विनाकारण आपण माझ्यावर आरोप करत आहात, पर्वतेश्वराला चंद्रगुप्ताने कैद केले आहे. तुम्हीच सांगा, त्याचं काय करायचं मंत्री महोदय! आपण माझ्या सोबत येण्याचे कष्ट करावे. स्वतः चंद्रगुप्त महाराजाने मला आपल्याला

दरबारातून घेऊन येण्याची आज्ञा दिली आहे'

'महाराज' हे शब्द ऐकून राक्षस आवाक असा झाला आणि मोठ्या स्वरात बोलला, चंद्रगुप्त आता हा कोण महाराज आलाय? उत्तम! तर तू त्या दासी भाच्याला महाराज करण्यासाठी नंदवंशाचा विनाश केलास. आता सारं काही माझ्या लक्षात आलं आहे. त्या दासीने शेवटी आपली प्रतिज्ञा पूर्ण केलीच. सेनापती फारच उत्तम.... त्या दासी मुरेचा देखील तिच्या पुत्रासहीत वध करायला हवा होता. आज जे काही घडले आहे ते तरी घडले नसते..... भागुरायण, तू काही हे ठीक केले नाहीस. विश्वासघाती व्यक्तीला मी माफ करत नाही.'

भागुरायण नम्रपणे बोलला, 'मंत्री महोदय, क्षणभर विचार करा, का करील मी विश्वासघात? कोणी केलाय विश्वासघात? आपल्याला तर माहीतही नाही. पाटलिपुत्राचा कोणी शत्रु नाही. हे समजून आपण निश्चिंत झाला होता. याचाच फायदा घेत पर्वतेश्वराने शहरावर आक्रमण केले. कुमार चंद्रगुप्ताने अफाट शौर्य दाखवून त्याला कैद केले आणि आपण विनाकारण त्याच्या नावाने बोंब ठोकत आहात, मलाच कारस्थानी ठरवू लागलात. महाराज चंद्रगुप्त सांगतात आहेत की, आपल्याच आज्ञेनूसार हे सारं घडलं आहे...'

'भागुरायण तोंड सांभाळून बोल. आता तुझा हा कोणता नवा खेळ आहे? त्या दूष्ट बाईचा भाचा मी असेपर्यंत महाराज होऊ शकणार नाही. मी त्याला मगधाचा सम्राट नाही होऊ देणार. त्याला मगध साम्राज्याच्या बाहेर घालवूनच थांबेन. नंदवंशाचा सेवक आहे. मी या घरण्याची सेवा करण्यातच आयुष्य घालवीन पण त्या चंद्रगुप्ताची सेवा करून स्वतःला कलंकीत करणार नाही. सेनापती तू येथून चालता हो.... पुन्हा कधी माझ्याकडे येऊ नकोस. मी काही करू शकलो तर ठीक आहे नाहीतर हे शहर सोडून दूर निघून जाईल. मला माहीत आहे हे तू बोलत नाहीस तुझ्या तोंडून तो ब्राह्मण चाणक्य बोलत आहे. त्याने तुझ्यावर जादू केली आहे. मी काय काय सांगू तुला. सर्व माहीत झालय मला आता. त्या कारस्थानात चाणक्यासहीत, मुरा, चंद्रगुप्त आणि तू आणि काय सांगावे आणखी कोण कोण सहभागी आहेत. तुम्ही सर्वांनी मिळून नंदवंशाचा शेवटी नाश केलाच. तो ब्राह्मण चंद्रगुप्ताला घेऊन त्यासाठीच आला होता. माहीत नाही हा विचार माझ्या मनात का नाही आला. परंतु आता या सर्व गोष्टींना काय अर्थ आहे? वाईट याचं वाटतं की, मला ह्या सर्व गोष्टी माहीत नाही आणि उलट तुम्ही लोकांनी शहरात अशी अफवा पसरविली आहे की, या कटाचा मीच सुत्रधार होतो. भागुरायण जा तू आता. यापुढे मला भेटण्याचा प्रयत्नही करू नकोस. कारण मी फक्त नंदवंशाचा सेवक आहे. नंदवंशाव्यतिरिक्त

कोणाचीही सेवा मी करणार नाही'.

असे बोलून राक्षसाने आपले तोंड दुसरीकडे वळविले. राक्षसाने भागुरायणला निरूत्तर केले होते. तो दरवाजातून बाहेर आला राक्षसाला भेटल्यावर तो अत्यंत विचलित असा झाला होता. चाणक्याला त्याने हा सारा वृत्तांत सांगितला. चाणक्याला या गोष्टीची कल्पना होती की, राक्षस काही साधारण व्यक्ती नाही. त्याचं मन वळविणे सोपं नव्हतं. चाणक्याने आता चंद्रगुप्ताकडून एक पत्र लिहून घेतले होते. त्यात लिहीले होते 'सेनापतीकडून आपल्याला हे समजलेच आहे की, पर्वतेश्वराला कैद केले असून त्याला शिक्षा देखील आपल्यालाच द्यायची आहे किंवा त्याच्या पुत्राकडून काही रक्कम वसूल करायची आहे. हा विचार आपल्यालाच करायचा आहे. आपण नंदवंशाचे कर्तव्यनिष्ठ सेवक आहात. गुन्हेगाराला शिक्षा देण्याचा अधिकार केवळ आपल्यालाच आहे. मंत्री महोदय, आपण यावे आणि न्याय करावा हीच विनंती आहे. या विनंतीचा अनादर कराल तर तो राज्याचा अनादर समजला जाईल'.

राक्षसाच्या हातात हे पत्र पडल्यावर तो पुटपुटला. हे पत्र चंद्रगुप्ताने पाठविले आहे. पत्राचे तुकडे तुकडे करून फेकून द्यावे असं वाटतय' परंतु पत्र वाचावेच लागेल. पत्रामध्ये एक वाक्य होतं की पर्वतेश्वराचा न्याय करण्याचा आणि गुन्हेगाराला शिक्षा करण्याचा अधिकार फक्त आपल्यालाच आहे. मंत्री राक्षस त्याच्यापुढे पत्र वाचू शकला नाही. त्याला फारच आश्चर्य वाटलं, समजत नाही आत्ता मी काय करावं?' हा अधिकार मान्य करावा तर त्या दासीपुत्र चंद्रगुप्ताच्या सेवेत काम करावे लागेल आणि राजसिंहासनावर बसलेले त्याला पहावं लागेल. हा अधिकार नाकारावा तर ही मंडळी माझ्या नावाने बोंब ठोकतील की ते कारस्थान मीच केले होते. मंत्रीपद स्वीकारूनच मी या कारस्थानाच्या मागे कोणाचा हात होता याचा शोध घेऊ शकतो. खऱ्या गुन्हेगाराचा शोध घेऊन माझ्यावर झालेले आरोप मला फेटाळून लावता येतील... परिस्थितीच अशी आहे की, काही मार्गच नाही. हा विचार फारच शांत डोक्याने केला. एक पत्र चाणक्याच्या नावाने लिहून व्दारपालाजवळ पाठवले, किरातराजाचे सुपूत्र चंद्रगुप्ताला मंत्री राक्षसाचा आशिर्वाद! मला माझ्या पदावर कायम ठेवल्याबद्दल धन्यवाद! परंतु गुन्हेगार म्हणून जो समोर येईल त्याला शिक्षा करण्याचा अधिकारही मला देण्यात यावा. नंदवंशाचा विनाश करणाऱ्यांना योग्य ती शिक्षा देवून राजघराण्याला मी खरी श्रध्दांजली अर्पण करील. राक्षसाचा व्दारपाल चाणक्याला पत्र देवून निघून गेला. चाणक्य फारच खुश झाला. शेवटी राक्षस माझ्या हातात आलाच. हे त्याच्या खुश होण्याचे कारण होते. मनातल्या मनात हसत चाणक्याने एकदाच नाही तर अनेकदा चंद्रगुप्ताकडे पाहिले.

32

एक विव्दान दुसऱ्या विव्दानाला पसंत करत नाही. ही म्हण चाणक्य आणि राक्षसाला तंतोतंत लागू पडते. राक्षस चाणक्यापेक्षा काही कमी हुशार नव्हता. मगधाचे विशाल साम्राज्य केवळ राक्षसामुळेच विस्तारले होते आणि नंदघराणं आनंदात होतं.

राक्षसाने ज्यावेळी आपल्यापदी कायम राहण्यास सहमती दर्शवली त्यावेळी चाणक्य आनंदाने बोलला, 'मंत्री महोदय! तूला मंत्रीपद बहाल करण्यामागे एकच उद्देश आहे की, दरबारात येऊन तुझ्या हाताने चंद्रगुप्ताला तू सिंहासनावर बसवावे'

हे तर जगजाहीर होते की, चाणक्य एक कुटिल आणि क्रोधीष्ट व्यक्ती होता. शत्रुचा समूळ नाश केल्यानंतरच थांबणारा तो व्यक्ती होता. नंदवंशाच्या बाबतीही त्याने तेच केलं. चाणक्याचे आणखी एक वैशिष्टे होते ते म्हणजे तो स्वार्थी नव्हता. सत्तेचा त्याला काही मोह नव्हता. इतकं सारं त्यानं अपमानाचा बदला घेण्यासाठी केलं होतं. भागुरायण, मुरादेवी आणि कित्येक अधिकाऱ्यांना त्याने आपल्या चातुर्याच्या जोरावर आपल्या बाजूने केले होते. तो कोठेही राहो, मग तो हिमालय असो किंवा पाटलिपुत्र लोकांना त्यांनी त्याचं वेडं लावलं, कुटिलता आणि विद्वतेमुळेच त्याला यश मिळत गेलं. दुसऱ्या शब्दात सांगायचे झाले तर तो कष्टाळू आणि हुशार होता. त्याच्या कष्टाचेच हे फळ होते की, इतक्या मोठ्या साम्राज्याला त्याने हालवून सोडले होते. राक्षसाची विचार करण्याची पध्दत चाणक्या सारखीच होती. त्याला फक्त इतकेच करायचे होते की, ज्याने कोणी नंदघराण्याचा विनाश केला त्याचा शोध घेऊन त्याला समोर आनणे आणि त्याच्या प्रतिष्ठेची लक्तरे वेशीला टांगणे.

चाणक्याला ह्या गोष्टीची कल्पना होती की, राक्षस आपले पद ग्रहण करील पण त्याच्या हातानेच पर्वतेश्वराला शिक्षा झाली तर न्यायाधिशाचा

दर्जा दिल्यानंतरच राक्षसही दरबारात यायला तयार झाला.

पत्राची देवाण-घेवाण झाल्यानंतर दुसऱ्याच दिवशी राक्षस आपल्या पदावर विराजमान झाला. त्याचं स्वागत करताना चंद्रगुप्त म्हणाला, 'मंत्री महोदय! माझी विनंती आहे की आपण गुन्हेगाराचे नाव जाहीर करू नये जो कोणी दोषी असेल तो राज्याच्या बाहेर पळून जाण्याची किंवा शत्रूंना जाऊन मिळण्याची शक्यता आहे. त्यामुळे आपण त्याला पकडू शकणार नाहीत. आपण एकट्या पर्वतेश्वराची चौकशी केली तर चांगले राहील. न्याय शेवटी न्यायच असतो. दोषी म्हणून जो कोणी सिध्द होईल; त्याला शिक्षा मिळणारच.

राक्षसाला चंद्रगुप्ताची ही कल्पना आवडली. त्याला पूर्ण विश्वास होता की, कारस्थानात चंद्रगुप्त, चाणक्य आणि भागुरायण निश्चित असतील. सत्य बाहेर पडल्यावर यांची चांगलीच फजिती होऊ शकते. असा विचार करत राक्षस न्यायासनावर विराजमान झाला. तिथे चंद्रगुप्त आणि भागुरायण दोघेही बसले होते.

राक्षसाच्या मनात एक गोंधळ होता. अधिकार तर यांच्याच हातात आहे. दोषी म्हणून जरी हे सिध्द झाले तरी मी त्यांना शिक्षा देवू शकेल? हे स्वतः आपण दोषी असल्याचे मान्य करतील?

असा विचार करत राक्षस चंद्रगुप्ताला बोलला, 'चंद्रगुप्त, नंदवंशाचा विनाश झाल्यामुळे तू त्यांच्या सिंहासनावर बसला आहेस, आता हे पहायचे आहे की, तू किती न्यायी आहेस, मी न्यायाधिशाच्या जागी बसलो आहे, बोलव त्या कपटी पर्वतेश्वराला'.

राक्षसाच्या बोलण्यावर भागुरायणने चंद्रगुप्तावर एक नजर टाकली थोड्याच वेळात सेवकाने पर्वतेश्वराला आणले. येताच पर्वतेश्वराने राक्षसाकडे पाहिले, तो रागाने लाल झाला होता. असे वाटत होते की तो हतकडी तोडून राक्षसावर कोसळतोय की काय पर्वतेश्वर अचानक ओरडला 'मंत्री राक्षस, तुझे नाव राक्षस का आहे ते मला आता माहीत झाले. पापी माणसा, नंदवंशाचा तुला विनाश करायचाच होता तर मला कशाला या कारस्थानात फसवलसं? विश्वासघाती माणसे मी अनेक पाहीले आहेत, पण तुझ्यासारखा नाही, पत्रावर तुझ्या नावाचा शिक्का नसता तर तुझ्यावर मी काही विश्वास नसता ठेवला' हे सांगताना पर्वतेश्वराचा गळा इतका दाटून आला की पुढे

त्याला बोलताच आले नाही.

या सर्व घटनाक्रमापासून अज्ञात असणारा राक्षस आश्चर्यचकीत झाला, माझा शिक्का असणारे पत्र....! काय बोलतोस तू काय हे?'

तितक्यात चंद्रगुप्ताने म्हटले, 'पर्वतेश्वर! विनाकारण कोणाचेही नाव घेऊ नकोस 'मंत्री महोदय, या प्रसंगी न्यायधीश म्हणून विराजमान आहेत.... तू हे सांग की सत्य आहे? सत्याचा शोध घेण्यासाठीच मंत्री महोदय न्यायाधीशाची भूमिका पार पाडत आहेत. गोंधळात पाडू नकोस. जर तू गुन्हेगाराचे नाव आणि काय घडले ते सांगितले तर तुझ्याकडून थोडीशी रक्कम वसूल करून मुक्त करू. नाही तर न्यायाधीश राक्षस तुला कठोर शिक्षा करतील'.

'उत्तम! असा रिवाज तर मी इथे पहातोच आहे. गुन्हेगारच न्यायाधीश होऊन बसला आहे. सांगा मंत्री महोदय पत्र पाठवून आपण मला सैन्याची एक तुकडी घेऊन पाटलिपुत्रवर हल्ला करण्याची विनंती केली नव्हती. मदतीचे आश्वासनही दिले नव्हते? नंतर तो चंद्रगुप्ताकडे पाहून बोलला. चंद्रगुप्त आता तू राजा होणार आहेस पण यापासून सावध राहा. नंदवंशाचा विनाश करणारा तुझे काय करील हे पहा'.

भागुरायण आणि चंद्रगुप्ताने एकमेकाकडे असे पाहिले की, जणू त्यांना काही माहितच नव्हत. राक्षस तर आश्चर्यचकीत होताच. तो अचानक करड्या आवाजात बोलला, 'पर्वतेश्वर! तुझे डोके ठिकाणावर तर आहे ना? बंदीवासात राहिल्यामुळे तुझी मानसिक अवस्था बिघडली तर नाही ना? दाखव, कुठे आहे ते पत्र .....?

'पहा! डोळे फाडून पहा. लक्षपूर्वक वाच, नीट पहा पत्रावर तुझ्या नावाचा शिक्का देखील आहे. यामध्ये कारस्थानाच्या संदर्भातही लिहीले आहे... तुझ्यामध्ये राजनिष्टेचा थोडासा जरी अंश शिल्लक असेल तर ते आसन सोडून दे. नीच माणसा तू तर फासावर द्यावे असे कृत्य केले आहे आणि विडंबन तर पहा न्यायाधीशाच्या जागी बसलाय'.

राक्षसाला अत्यंत वाईट वाटलं त्याच्या काही लक्षात येईना. समजणार तरी कसे, त्याला यातलं काहीच माहीतच नव्हतं तर.

33

जे काम राक्षसाने केलेच नव्हते त्याच कामाची पुनरावर्ती पुन्हा पुन्हा पर्वतेश्वराकडून होत होती. रागावर नियंत्रण ठेवत राक्षस बोलला, 'हे खोटे आहे.... गोंधळल्यामुळे तू असे बडबडतो आहेस' काही क्षण शांत राहिल्यानंतर म्हणाला, 'पवर्तश्वर! काल्पनिक कथा कशाला सांगतोस? मी असे पत्र स्वप्नात देखील लिहीणार नाही. कदाचित तुला कोणी तरी फसवलेलं दिसतय मला या मध्ये विनाकारण का ओढल्या जात आहे? जो गुन्हेगार आहे त्याचे नाव घ्यायला तू अजिबात घाबरू नकोस.... तुला न्याय देईल मी जे खरे आहे ते सांगून बंदीवासातून मुक्त हो'.

पर्वतेश्वराला आता जास्तच राग आला, 'पहा, कसा सरड्या सारखा रंग बदलतो आहे. सरड्या देखील असा रंग बदलत नसेल... गुन्हा करून न्यायाधीशाच्या आसनावर बसलाय'. असा विचार करत तो बोलला, काय नंदवंशाची हीच प्रथा आहे की, गुन्हेगारालाच न्याशधीश करतात? मी तर राक्षसाला नंदाचा भक्त समजत होतो.... कदाचित याचं ते ढोंग असावं विश्वास संपादन करून विश्वासघात केला आणि मला मात्र बळीचा बकरा ठरवले आहे. स्वतःच निमंत्रण देवून पाटलिपुत्रवर आक्रमण करायला भाग पाडले. राजा धनानंदाला विलासी आणि मूर्ख ठरवलं दासीचा तो एक प्रेमवेडा आहे असे सांगीतले आणि आता लागला मला प्रश्न विचारायला गुन्हेगारच हा असेल तर मी दुसऱ्या कोणाचे नाव घेणार? असं दिसतय की या राक्षसाला नंदाला ठार केल्यानंतर मला देखील संपवायचा बेत होता म्हणजे याला एकछत्री राज्याचा राजा होता येईल. चंद्रगुप्त तू मला कैदेत टाकलेस. तुच आता या राजाचा प्रमुख आहेस परंतु तुला राज्यकारभार त्यावेळी व्यवस्थित करता येईल ज्यावेळी या नीच माणसाला थेट स्वर्गात पाठवशील. हा जीवंत राहीला तर पुन्हा तेच दुष्टचक्र कायम राहील.

राजनिष्ट असल्याचे ढोंग करणे यापेक्षा चांगलं दुसऱ्याला नाही जमणार. शिवाय घातपात करावा यामध्ये देखील हा निपुण आहे. आता मला काहीही विचारण्यात येऊ नये. चला चढवा मला सुळावर आता मला ह्या कपटी राक्षसाच्या प्रश्नांची उत्तरे नाहीत द्यायची... हा कारस्थानी राक्षस काय न्याय देणार' असे म्हणत पर्वतेश्वराने आपल्या जवळचे एक पत्र चंद्रगुप्ताच्या दिशेने फेकले.

दोघांनी ते पत्र अशा नजरेने पाहिलं की, जणू त्यांना त्यातलं काही माहीतच नव्हतं. पत्र पाहील्यावर ते कधी पर्वतेश्वराकडे तर कधी राक्षसाकडे पाहू लागले.

राक्षस थोडासा घाबरला परंतु तो स्थितप्रज्ञ वृत्तीचा व्यक्ती होता. पत्राच्या खाली त्याच्याच नावाचा शिक्का होता. पर्वतेश्वराला तो खोटेही ठरवू शकत नव्हता. तो याचा विचार करू लागला की, माझ्या कोणत्या माणसाने पर्वतेश्वराशी संपर्क साधला. काहीही असलं तरी आरोप तर माझ्यावरच आहे ना. मी तर फार हुशार समजत होतो. प्रत्येक हालचालीची माहिती मला होत होती परंतु काय चालले होते याची जाणीव मला बरे का झाली नाही? पहाता-पहाता नंदघराणं नष्ट झालं. पर्वतेश्वर सैन्य घेऊन शहरावर आक्रमण करायला येतो आणि मला त्याची कसलीच कल्पना नसते. शेवटी काय गौडबंगाल आहे हे? हा विचार करत करत राक्षसाची अवस्था वाईट झाली. तो असेही म्हणू शकत नव्हता की, शिक्का मारलेलं पत्र त्याचं नव्हतं. कोणी खरं समजलं असतं? पर्वतेश्वर जे काही बोलला ते जर प्रजेला माहीत झालं तर माझी प्रतिमा मातीतच जाईल. राक्षसाला त्या क्षणी जगातल्या सर्व भानगडी आठवल्या नंतर तो चंद्रगुप्त आणि भागुरायणकडे पहात बोलला 'चंद्रगुप्त, असे दिसते आहे की या पदावर राहण्याची माझी लायकी नाही. पर्वतेश्वर तर मीच या कटामागे असल्याचे वारंवार सांगत आहे. मीच याला बोलावले आणि आक्रमण करायला लावले. यापैकी काहीच माझ्या लक्षात येत नाही. चला, मी या खोट्या गोष्टीला खरं समजतो, जर मीच गुन्हेगार ठरत असेल तर न्यायाधीश म्हणून बसण्याला काय अर्थ आहे'.

कुमार तू पर्वतेश्वरापासून मगध राज्याचे संरक्षण केले आहे. तू राजा जरी झालास तरी तुला कोणी विरोध करणार नाही. पर्वतेश्वर तसेच मी

देखील गुन्हेगार आहे म्हणून माझ्यावर लावलेल्या आरोपासाठी देखील न्यायाधीश नेमला जावा. न्यायाधीशाच्या जागी गुन्हेगार कसा बसू शकतो. माझ्यावर तर राजद्रोह, विश्वासघात आणि पर्वतेश्वराच्या स्वाधीन राज्य करण्याचा प्रयत्न; असे तीन आरोप लावण्यात यावेत. मला जी काही शिक्षा मिळेल त्याचा मला पश्चाताप नसेल. चला, कुठे घेऊन जाता मला. मी तयार आहे. असे म्हणून राक्षस न्यायासनावरून उठला. त्याच्या चेहऱ्यावर कसलेही भाव नव्हते.... ना भीतीचा ना संशयाचा. त्याने ना विनंती केली ना क्षमा याचना केली. उलट त्याने न्यायाची मागणी केली.

भागुरायण आणि चंद्रगुप्त आश्चर्यचकीत होते की, राक्षसाने कसलीच प्रतिक्रिया का दिली नाही. चाणक्याला माहीत होते की, नंदघराण्याच्या हत्याकांडानंतर प्रजेचा रोष कमी होईल त्यावेळी राक्षसाचे हितचिंतक त्याच्यावर झालेले आरोप खोटा सिध्द करतील आणि आमच्या विरोधात कारवाया सुरू करतील.

चाणक्याचा असा विचार करणं चुकीचं नव्हतं. राक्षसावर जाहीर खटला चालवणं चाणक्याने योग्य समजले नाही. चाणक्याची इतकीच अपेक्षा होती की, राक्षसाने मंत्रीपदी कायम राहावे आणि या देशातली यवनी सत्ता संपुष्टात आणण्यासाठी चंद्रगुप्तला सहकार्य करावे. तक्षशिला येथे राहात असताना चाणक्याने म्हणजेच विष्णु शर्माने फार जवळून पाहिले होते की, यवन किती अत्याचारी असतात. राक्षसाने मगध शहर सोडून जावे असेही चाणक्याला वाटत नव्हते. त्याला माहीत होते की, राक्षसासारखा व्यक्ती चंद्रगुप्तासाठी कायमची डोकेदुःखी होऊन बसेल. राक्षसाला गमावून बसणेही काही ठीक नाही. उलट त्याला सोबत घेण्यातच फायदा आहे. प्रधानमंत्री म्हणून राक्षसाशिवाय दुसरा व्यक्ती तरी कुठे होता. परंतु राक्षसाला आपल्या बाजूला वळविणे इतके सोपे नव्हते. पण चाणक्याला असे आव्हानात्मक काम जास्त पसंत होते. चाणक्याला हे देखील माहीत होते की, राक्षसाला अमिष दाखवून ..... धमकी देवून आपल्या बाजूने नाही करता येणार. आपल्या बाजूने त्याला वळविण्यासाठी दुसराच मार्ग शोधावा लागणार होता.

राक्षसासोबत सरळ बोलणी करावी या मताचा चाणक्य नव्हता. त्याने चंद्रगुप्ताला मुद्दाम बोलणी करायला तयार केले. चंद्रगुप्ताने मोठ्या विनम्रपणे

राक्षसाला म्हटले, 'मंत्री महोदय, पर्वतेश्वर काय म्हणत होता हे तर आपण ऐकून घेतलेच आहे. परंतु मला नाही वाटत की, एक देशभक्त आणि राजनिष्ट व्यक्ती आपल्या राजासोबत असा घातपात करू शकतो म्हणून. मंत्री महोदय, त्याचं अभद्र बोलणं मनातून काढून टाका. आमच्या पैकी कोणालाही त्याच्या बोलण्यावर विश्वास बसत नाही. त्या दुष्ट पर्वतेश्वराला आपल्यामध्ये आता मतभेद निर्माण करायचे आहे. पर्वतेश्वर आणि तुम्ही एकत्रीतपणे हे कारस्थान केले असे आम्हाला अजिबात वाटत नाही. खरा गुन्हेगार कोण आहे आणि कोणी आपल्या नावाच्या शिक्क्याचा उपयोग करून पर्वतेश्वराला पत्र लिहीले याचा शोध आपणच घेऊ शकता'.

हलक्या स्वरात राक्षस बोलला, 'किरातपुत्र तुझ्या अशा बोलण्याला काय अर्थ आहे? तू असा विचार करतोस हीच मोठी गोष्ट आहे. माझा शिक्का असणारे पत्र त्याच्याजवळ आहे हा पुरावा आहे. हा आरोप जाहिरपणे काढून घेण्याचा जर तू प्रयत्न करणार असशील तर मी समजेल की, तुझा माझ्यावर विश्वास आहे'.

उभा असलेला भागुरायण मध्येच बोलला, 'मला तर वाटतं की, पर्वतेश्वराकडून विशिष्ट रक्कम वसूल करून त्याला जाऊ द्यावे आणि हे प्रकरण इथेच संपवून टाकावे. चंद्रगुप्त राजा म्हणून तर आपण दोघांनी आपल्या पूर्वीच्या पदावर पुन्हा कायम रहावे, भागुरायणचे हे शब्द कानी पडताच राक्षसाच्या भूवया ताणल्या गेल्या आणि डोळे लालबुंद झाले. भागुरायण तू किती नीच आणि स्वार्थी आहेस.... ज्यांनी नंदघरण्याचा वंश बुडवला त्याच्या हाती सत्ता सोपवून मंत्रीपद सांभाळावे अशी मध्यस्थी करत आहेस. तुम्ही सगळे एकमेकाला मिळालेले आहात.... तुम्हा सर्वाचे नाटक आता माझ्या लक्षात आले आहे. फार उशीरा लक्षात आले याचाच मला पश्चाताप वाटतो' असे बोलून राक्षस शांत बसला.

34

भागुरायण अवस्थ झाला. त्याला वाटले की, सारा आरोप राक्षसावरच येऊ लागला आहे. असा विचार त्याच्या मनात येताच तो बोलला, 'मंत्री मोहदय, आपण तर माझ्याच मागे लागलात, बोला आपल्याला जे बोलायचे आहे ते बोला!'

'भागुरायण! काय बोलणार..... सेनापतीच धोका देणार असेल तर.... कसे बिनधास्त बोलणार. तूच आता चंद्रगुप्ताला राजसिंहासनावर बसविण्यासाठी उतावळा झाला आहेस. या राज्याला आता कोणी शत्रू नाही असा विचार करून मी मोठीच चूक केली. सेनापती माझ्यावर अभियोग चालवून खटला सुरू करा आणि योग्य दंड द्या. माझी आता इतकीच अपेक्षा आहे. तुम्ही जर असे करणार नसाल तर जनतेला मी सर्वकाही सांगून टाकेल'

लगेच भागुरायण बोलला, 'मंत्री महोदय, आपणच सर्वांना न्याय द्यावा तुम्हाला न्याय देण्याच्या फंदात कोण कशाला पडेल? हे पहा, माझं ऐका न्याय अन्यायाच्या भानगडीतच पडू नका.'

राक्षस म्हणाला, 'भागुरायण, मला इतकेच वाटते की, पर्वतेश्वराने जे काही सांगीतले आहे. ते योग्य असेल तर मला शिक्षा द्या. तुमच्या सारख्यांचे फुकटचे उपकार मला नको आहेत. मी नंद घराण्याचा एकनिष्ट सेवक आहे. मी या किरातपुत्राचा राजा म्हणून स्वीकार नाही करू शकत. तुमच्यासारखे या कारस्थानावर पाघंरून टाकून मंत्रीपदाचा स्वीकार कधीच करणार नाही. ही माझी प्रतिज्ञा आहे. असे सांगून राक्षस शांत झालाच होता. तितक्यात एका दूताने आतमध्ये प्रवेश करून भागूरायणच्या कानात काहीतरी सांगीतले.

भडकल्या सारखा भागुरायण बोलला, 'काय सांगतोस? राजदरबाराच्या जवळ कोणी खदाण खोदली होती याचा शोध लागला असून त्या दुष्टाचे

नाव सुंदरदास असे होते... नाही, नाही हे खोटे आहे.... सुंदरदास तर मंत्री महोदयाचा चांगल्या मित्र आहे.... तू चुकीचे ऐकले असेल'.

'परंतु त्याने स्वतः हे मान्य केले आहे, सेनापती त्याचं तर असं म्हणणं आहे की, मंत्री महोदयाच्या सांगण्यावरूनच हे सारं करण्यात आलं होतं' असे सांगून दूत शांत बसला.

हे ऐकून राक्षसाला अत्यंत दुःख झालं. सुंदरदास तर त्याचा चांगला मित्र होता काय तो पण चाणक्याच्या कारस्थानात सहभागी झाला होता? तसे झाले असेल तर याचा अर्थ असा होतो की, त्या ब्राह्मणाने अनेकांना त्याच्या कटात सहभागी केले असणार. काही बोलणेच निरर्थक आहे. राक्षस काही बोलला नाही.

पर्वतेश्वरावर शेवटी अन्यायच करण्यात आला. त्याला जेलमध्ये बंद करण्यात आले. भागुरायण राक्षसाला म्हणाला, 'मंत्री महोदय आपली मानसिक अवस्था ठीक नाही आहे. परिस्थिती तर तुम्ही पहातच आहात. आपल्याला आरामाची गरज आहे. परंतु आपला क्रोध कमी झाल्यावर मी जे काही सांगीतले आहे त्याच्यावर एकवेळा जरूर विचार करा.

राक्षसाने तिरस्कारयुक्त नजरेने भागुरायणकडे पाहिले आणि न्यायकक्षाच्या तो बाहेर गेला होता. मी सुंदरदासला निरोप पाठविला होता की, माझ्या कुटुंबाला त्याच्या घरी घेऊन जावे. तो घेऊन जायला तयार झाला होता. परंतु तोच विश्वासघाती निघाला. त्याच्याकडे आपल्या कुटुंबाला ठेवणे सुरक्षित राहाणार नाही. आता विश्वास तरी कोणावर ठेवायचा? सुदंरदास सारखा अंहिसावादी व्यक्ती खुद्द राजघराण्याच्या विनाशाला कारणीभूत ठरला. परंतु मी आता जाऊ तरी कोठे? सुंदरदासाचे तोंड पहाण्याची देखील माझी इच्छा नाही. घृणा वाटतेय मला या प्रकाराची आपल्या कुटुंबाला घेऊन हे शहर सोडून जाण्यातच शहाणपण आहे. सुदंरदास सारख्या कपटी व्यक्तीच्या घरी आपल्या पत्नीला आणि मुलांना जास्त काळ ठेवणे धोक्याचे ठरेल. त्याच्यावर कोणी विश्वास ठेवावा. माझ्या पत्नी आणि मुलांना तो शत्रुच्या स्वाधीनही करू शकतो....?' असा विचार करत राक्षस निमर्नुष्य रस्त्यावरून चालला होता. चालून तो एका जवळच्या जंगलात पोहचला. त्यातील एका वृक्षामधून त्याला आवाज ऐकू आला. हे मित्र दास तू राक्षसाची आज्ञा पाळलीस आणि तुझा जीव धोक्यात

आला. मित्रा, तुझ्या सारख्या निर्दोष व्यक्तीला ठार करण्यात येणार असेल तर माझ्या जीवंत राहाण्याला काहीच अर्थच उरत नाही. मी आत्महत्या करत आहे... तुझ्याशिवाय मी नाही जगू शकणार राक्षसाच्या पायांना कंप सुटला. तो पुटपुटला 'आता हे कोणते नवे कारस्थान आहे? स्वतःला सुंदरदासचा मित्र म्हणून घेतो आहे आणि सुंदरदासने जे काही केले ते माझ्या आज्ञेनुसार केले असेही म्हणतो आहे. शेवटी भानगड काय आहे? सुंदरदासला माझ्याप्रमाणे कारस्थानाचा बळी तर ठरविले नाही ना? तो स्वतःशी बोलत त्याच्याजवळ जाऊन मोठ्याने म्हणाला, 'कोण तू आपल्या मित्रासाठी इतका चिंतीत का आहेस आणि जीव देण्यासाठी अशा निमर्नुष्य स्थळी आला आहेस'

मला रोखण्याचा प्रयत्न निरर्थक आहे, माझा मित्रच जीवंत राहणार नसेल तर माझा काय उपयोग?

परंतु तुला माहित आहे की, सुदंरदास माझा ही मीत्र आहे त्याचा मृत्यू माझ्यासाठी देखील दुःखदायक गोष्ट आहे. परंतु त्याची हत्या कोणाच्या सांगण्यावरून आणि कोणत्या गुन्ह्यासाठी?

'सुंदरदास आपलाही मित्र आहे? आश्चर्य आहे .... त्याने राक्षसाला कारस्थान करण्यासाठी सहकार्य केले आहे. चाणक्य, चंद्रगुप्त आणि भागुरायण त्याला नाहीच सोडणार.....'

'काय केलयं त्याच्या बरोबर?'

तो व्यक्ती सांगू लागला, 'आपल्या घरापासून जी खदाण खोदली होती त्यासाठी राक्षसाला सहकार्य केले होते.... हाच त्याच्यावर आरोप होता'

किती मोठे कारस्थान आहे या लोकांचे. ना मी कोणती खदाण खोदली आहे ना मी सुंदरदासाची मदत घेतली आहे. मलाच यामधले काही माहीत नाही. सुंदरदासाबद्दल मला सहानुभुती आहे .... त्याने त्या लोकांच्या भुलथापाना बळी जाऊन स्वतःचा जीव धोक्यात घातला आहे.'

तो व्यक्ती पुढे सांगू लागला, चंद्रगुप्तला ज्यावेळी माहीत झाले की, राक्षसाचे कुटुंब सुंदरदासच्या घरी आहे त्याने निरोप पाठविला की राक्षसाच्या कुटुंबाला माझ्या स्वाधीन करा, आम्ही तुला माफ करू. नाहीतर तू मेलास म्हणून समज. त्याने राक्षसाच्या कुटुंबाला चंद्रगुप्ताच्या स्वाधीन न करता दुसरीकडे पाठविले, झालं चंद्रगुप्ताने त्याची हत्या करण्याची अज्ञा दिली.

हत्या करण्यासाठी त्याला घेऊन गेले आहेत. त्याची हत्या झालीही असेल किंवा होऊ शकते. मी आता त्याच्या शिवाय नाही जगू शकत'

राक्षसाने विचारले, 'ठिक आहे, तुझे नाव तर सांग. 'शकटार'

राक्षसाने जोर देवून म्हटले, आपण तर सुंदरदासाचे मित्र आहात आपल्याला माहितच असेल की राक्षससाच्या कुटुंबाला कुठे लपवून ठेवले आहे?'

'मला याबद्दल काहीच माहीत नाही. मला जर या गोष्टीची माहिती असती तर राक्षसाचे कुटुंब त्याच्या स्वाधीन करून मित्राची सुटका नसती का करून घेतली.... तो तर सच्चा मित्र भक्त आहे .... ठार होईल पण तोंड उघडणार नाही....'

राक्षस करूणा आणि दया भावाने भारावला. तो म्हणाला, 'आत्महत्या करणे भ्याडपणा आहे. मला तुम्ही सुंदरदासाकडे घेऊन चला .... मीच आहे तो राक्षस, सुंदरदासासारख्या सत्यवादी माणसाची हत्या मी नाही होऊन देणार'

'उत्तम! तर आपण आहात आणि माझ्या मित्राला वाचवू शकाल चला लवकर चला, असे बोलून शकटार त्याच्या सोबत गेला.

35

राक्षस ज्यावेळी हत्यास्थळी पोहोचला त्याला दिसले की, सुंदरदासाला एक गुन्हेगार म्हणून उभा केले आहे. शकटार देखील त्याच्यासोबत होता. सुंदरदासचं दहा वर्षाचं मूल रडत होतं आणि पत्नी सती जाण्याच्या तयारीत होती.

हे करूण दृष्य राक्षसाला अस्वस्थ करीत होते. तो रडवेला झाला होता. हे सारं सुदंरदास माझ्यासाठी करत होता. तो असा विचार करीत असतांना चांडाळाने म्हटले, सभ्य माणसा! राक्षसाची बायका मुलं कोठ आहेत सांग....' फुकटात का मरू लागलास? महाराज चंद्रगुप्त फार दयाळू आहेत ..... ते राक्षसाच्या बायका मुलांना काहीही करणार नाहीत'

'चांडाळा..... मी विश्वासघात नाही करू शकणार. राक्षसाने मोठ्या विश्वासाने बायको आणि मुलांना माझ्याकडे पाठविले आहे. त्याचा हा विश्वास मी नाही तोडू शकणार' असे बोलून सुंदरदास शांत झाला.

राक्षसाला स्वतःची लाज वाटली, 'सुंदरदासवर मी संशय घेतला. तो तर मित्राचे कर्तव्य पार पाडत आहे' असा विचार करत राक्षस चांडाळाजवळ येऊन बोलला, 'मूर्ख चांडाळानो, हा सभ्य गृहस्थ निर्दोष आहे. हत्याच करायची असेल तर माझी करा परंतु माझ्या मित्राला मुक्त करा. हा तर चंद्रगुप्त आणि चाणक्याच्या कारस्थानाला बळी पडला आहे. यामध्ये याचा काहीही दोष नाही.

राक्षसाला पाहून सुंदरदासाला आश्चर्य वाटले, त्याची पत्नी मोठ्या आशेने वाट पाहू लागली. चांडाळ ओरडला, 'मंत्री महोदय! चंद्रगुप्त महाराजांचे इतकेच म्हणणे आहे की, या गृहस्थाने राक्षसाच्या कुटुंबाचा पत्ता सांगावा. ते त्यांना मुक्त करतील नाही तर नाही मुक्त करणार'

सुंदरदास राक्षसाकडे पहात बोलला, 'मंत्री महोदय, आपण माझे मित्र आहात, माझा आपल्यावर पूर्ण विश्वास आहे. आपले पत्र मिळाले आणि मी घरातून खदाण खोदण्यास परवानगी दिली. विचारणे आवश्यक नाही समजले. इथेच तर सगळी गडबड झाली. मी विचारपूस करायला हवी होती. चौकशी केली असती तर आज परिस्थिती वेगळी असती. मला मुक्त

करण्याच्या भागनगडीत स्वतःचा जीव धोक्यात आणू नका. या मी आपल्याला आपल्या कुटुंबाचा पत्ता सांगतो'.

मंत्री राक्षस आपल्या मित्राची हत्या कशी होऊ देणार होता. विशेष म्हणजे अशा मित्राची ज्याच्यावर डोळे बंद करून विश्वास ठेवला जातो. समोर होत राक्षस बोलला, 'आपण माझ्यासाठी अती महत्त्वाचे आहात मित्रा मी आपल्याला या स्थितीत कसे सोडून जाऊ शकतो? माझी पत्नी आणि मुले कुठे आहेत हे याला सांगा हे मी आपल्याला सांगतो आहे खुद्द चंद्रगुप्त मला काही शिक्षा देऊ शकला नाही तर माझ्या बायको मुलांना काय देणार? चांडाळानो, माझ्या मित्राला मुक्त करा'.

चांडाळ म्हणाला, 'मंत्री महोदय! महाराजाने तशी आज्ञा दिल्यावरच मुक्त करू शकतो'

ठिक आहे .... चंद्रगुप्ताची आज्ञा घेऊन मी आलोच ..... परंतु तो पर्यंत माझ्या मित्राचं काही बरं वाईट करू नका माझी वाट पहा'

'लवकर जा मंत्री महोदय!'

मी कोणत्याही राजाचा मंत्री नाही, मला तुमच्या सारख्या लोकांच्या विनंत्या कराव्या लागत आहेत. मंत्री तरी कशाला म्हणता मला? असे बोलून राक्षस शकटार सोबत संवाद साधला.

शकटारने विचारले, 'मंत्री महोदय! माझ्या लक्षात आलंय की, चंद्रगुप्ताला आपण महाराज समजत नाहीत'

'शकटार, तो राजहत्यारा आहे. तो महाराज कसला?'

ठीक आहे, पण म्हटले तर काय नुकसान होऊ शकतं?'

'शकटार, मी त्या दासीपुत्राला महाराज नाही म्हणू शकत

मग आपण कोणत्या आशेपोटी त्यांच्याकडे जात आहात?

'त्याला माझे कुटुंबच पाहिजे आहे ना... त्याची जबाबदारी मी घेईल, ठीक आहे ..... असे म्हटल्यावर राक्षस दचकला.

मंत्री महोदय! तुम्हीच घाबरत असाल तर मित्राची सुटका कशी होणार'

राक्षस विचारात पडला मित्र माझ्यासाठी फासावर जायला निघाला आहे. मी काहीच नाही करू लागलो. चंद्रगुप्ताला जाऊ मी आग्रहपूर्वक सांगायला हवे. असा तो विचार करतच होता, तितक्यात त्याला 'महाराज चंद्रगुप्ताचा विजय असो' असा ध्वनी ऐकू आला. दुसऱ्याच क्षणी चंद्रगुप्त हत्यास्थळी आला आणि चांडाळाकडे रागाने पहात बोलला,'याला आतापर्यंत जीवंत का ठेवले आहे? चला माझ्या डोळया समक्ष याचे डोके धडापासून वेगळे करा'

तेवढ्यात एक चांडाळ हात जोडत म्हणाला, 'महाराज! आम्ही आपल्या आज्ञेचे उल्लंघन कसे काय करू शकतो? मंत्री महोदय थांबवित होते.

त्यांनी सांगीतले होते की, महाराजांची आज्ञा मिळेपर्यंत याला शिक्षा देवू नका'.

'काय ते इथे आहेत!' चंद्रगुप्त आपल्याला काहीच माहीत नाही असे भासवत म्हणाला, 'राक्षसाला राहावले नाही, 'तो मध्येच ताडकन बोलला, 'होय चंद्रगुप्त आम्ही इथेच आहोत, माझी पत्नी आणि मुलं तुझे कैदी होण्यास तयार आहेत .... सुंदरदासला मुक्त कर'

'मंत्री महोदय! आपण विद्वान आहात, राजघराण्याच्या शत्रूला माफ कसे करता येईल? हा व्यवसाय करणारा वाणी यवनांकडे जात असतो, पर्वतेश्वराशी देखील याचा संपर्क होता. घरामधून खदाण खोदून राजघराण्याचा याने विनाश केला आणि उलट असे सांगतोय की हे सर्व राक्षसाच्या आज्ञेवरून केले. हा देखील पर्वतेश्वरासारखीच भाषा करतो आहे. आपल्या सारखा राजनिष्ठ व्यक्ती कारस्थान कसे करू शकतो. मी कसे मान्य करणार? याचा काय विश्वास, आपल्या कुटुंबाला याने काही इजा तर पोहचवली नसेल. सुरक्षेच्या दृष्टीनेच मला आपल्या पत्नी आणि मुलांना ताब्यात घ्यायचे होते. तसे केले तर याला मुक्त करणार होतो. आम्हाला आपल्याला किंवा आपल्या कुटुंबाला कैदेत टाकायचे नाही' मोठ्या हुशारीने चंद्रगुप्ताने शब्द फिरवले.

'नाही नाही चंद्रगुप्त! सुंदरदास असे नाही करणार माझ्या नावाचा शिक्का वापरून पवर्तश्वराला कटात सहभागी करून घेतले आहे. तसे तर सुंदरदासालाही या कारस्थानाचे भागीदार केले आहे. माझी आपल्याला विनंती आहे की, आपण सुंदरदासला मुक्त करावे' शेवटचे वाक्य राक्षसाने कसेबसे म्हटले

मंत्री महोदाय, मी आपल्या विनंतीलाच आज्ञा समजतो पण .... असे बोलून चंद्रगुप्त शांत झाला. पुढील वाक्य भागुरायणने पूर्ण केले' सुंदरदासला मुक्त करण्यात येईल आपण फक्त आपल्या मंत्रीपदी कायम राहावे'

'भागुरायण... राक्षसाला प्रचंड राग आला' जे शक्य नाही तेच पुन्हा पुन्हा करायला का सांगण्यात येत आहे. माझी प्रतिज्ञा तुम्हाला माहीत नाही का...? मी ती भंग करू शकत नाही'

तर मग महाराज सुंदरदासला मुक्त कसे करतील. अशा तऱ्हेने तर त्यांच्याही आज्ञेचा भंग होईल...?' भागुरायणने म्हटले

हे ऐकून शकटार म्हणू लागला, 'मंत्री महोदय! मित्रापेक्षा आपली प्रतिज्ञा महत्त्वाची आहे काय? इतक्या वेळापासून मला कोणत्या आशेवर ठवेले आहे?'

राक्षस धर्मसंकटात पडला.

36

राक्षसाची अवस्था त्या साप आणि उंदरासारखी झाली. एक विचित्र धर्मसंकटात तो सापडला होता. शकटारकडे पाहिले की, सुंदरदासची हत्या होऊ दिल्या जाणार नाही असा त्याला दिलेला शब्द आठवला. राक्षसाला इतकेच वाटले होते की, राक्षसाच्या कुटुंबाला चंद्रगुप्ताच्या स्वाधीन केल्यावर सुंदरदासला मुक्त करण्यात येईल. परंतु परिस्थिती तशी नव्हती. हे सारं नाटक राक्षसाने मंत्रीपदी कायम रहावे यासाठी करण्यात आले होते. आता तो मनातली मानात विचार करू लागला.

मी चंद्रगुप्ताला मगधचा सम्राट म्हणून स्वीकारले त्याला केवळ चंद्रगुप्तच नाही तर महाराजही म्हटले आणि मंत्री पदही स्वीकारले, तरच सुंदरदासचे प्राण वाचू शकतात. मी माझ्या प्रतिज्ञेचा विचार केला तर विनाकारण माझ्या मित्राचा जीव जाईल आणि त्याची पत्नी सती जाईल. शेवटी हा रक्तपात कशासाठी? माझ्यासाठी मित्र महत्त्वाचा आहे प्रतिज्ञा नाही. कदाचित नंदघरण्याची ज्यांनी हत्या केली त्याचीच सेवा करणे माझ्या नशीबी असावे मी वाटेल ते केलं... अगदी सहपरिवार जीव दिला तरी झालेली हानी भरून येणार नाही. या लोकांची इच्छाच आहे की मी यांची सेवा करावी. मी आंधळा झालो होतो. माझ्या डोळ्यासमक्ष यांचे कारस्थान चालू होते अन् मला दिसले नाही. प्रजेमध्ये आता माझी पूर्वीसारखी इज्जतही राहीली नाही. मंत्रीपद स्वीकारून काय करू? प्रजेला कोण समजावून सांगणार? ते तर हेच समजतील की मी कारस्थान रचले. त्यामुळेच महाराजाची सवारी चालू असताना रस्त्यामधून माघारी फिरलो. नंदघरण्याचा घात मीच केला असे लोकांना वाटेल. प्रतिष्ठाच काय उरली आहे माझी? ज्या लोकांनी इतका हत्याकांड घडवला ती नीच माणसे सुंदरदासाला सोडतील? भागुरायणचा प्रस्ताव स्वीकारणे इतकाच एकमेव मार्ग आता उरला आहे. तरच सुंदरदासचा जीव वाच शकतो. पण माझ्या प्रतिज्ञेचे काय करायचे. नंदघरण्याची हत्या करणाराची मी सेवा करणार नाही या

माझ्या प्रतिज्ञेचे काय? प्रतिज्ञेला बांधील राहून मंत्रीपद स्वीकारू किंवा मित्राचा जीव वाचवू? प्रतिज्ञेचा त्याग केल्यावरच मित्राचा जीव वाचू शकतो. पण प्रतिज्ञेचा भंग होईल त्याचे काय, तर मग माझे काय? माझे तर अस्तित्व राहाणार नाही' हा विचार करणारा राक्षस सुंदरदासच्या जवळ आला आणि म्हणाला' हे पहा मित्र, तुझी हत्या होऊ नये म्हणून मी माझा जीव देखील देवू शकतो, परंतु या लोकांना त्यासाठी मला सहकार्य करावे लागेल. तू आता ईश्वराचे नाव घेऊन मृत्यूचा स्वीकार कर माहीत नाही या लोकांच्या भुलथापांना तू कसा बळी पडलास? तुझ्या घरापासून खदाण खोदण्यास सहमती देवून किती लोकांच्या मृत्यूस जबाबदार ठरलास, हे माहीत आहे तुला, मृत्यू हीच त्याची कदाचित शिक्षा आहे.... असे बोलून राक्षस मागे वळला.

चंद्रगुप्त आणि भागुरायण दोघेही स्तब्ध झाले. त्यांचं हे नाटक वांझोट निघालं, राक्षसाने तर स्वतःच्या पत्नीची आणि मुलांची देखील पर्वा केली नव्हती. त्या दोघांच्या आता चांगलेच लक्षात आले होते की, राक्षसाला आता मंत्रीपद स्वीकारण्यासाठी आपण राजी नाही करू शकणार. काहीही करून हा काही हाती लागत नाही.

राक्षसाला शहराच्या बाहेर जाण्यास मनाई करणे; असा त्यांनी आता निर्णय घेतला. हा शहराच्या बाहेर गेला तर काही शांत बसणार नाही. दुसऱ्या राजांचे सहकार्य घेऊन मगधवर आक्रमणही करू शकतो. राक्षसाला शिक्षा देणेही काही सोपी गोष्ट नव्हती. ही गोष्ट चाणक्याला चांगली माहीत होती. चंद्रगुप्त, चाणक्या आणि भागुरायणला एका गोष्टीची भीती होती की, प्रकरण जर जास्त ताणले तर त्याचा खरा चेहरा प्रजेसमोर येऊ शकतो. सत्य माहीत व्हायला किती वेळ लागलो. एका ठिणगी इतक्या आगीची गरज असते. राक्षसाचे महत्त्व चाणक्याला चांगलेच माहीत होते. नंदवंशाची भरभराट केवळ राक्षसामुळेच होती. हे चाणक्याला माहीत होते. चाणक्याला हे देखील माहीत होते की एकदा का चंद्रगुप्ताचा स्वीकार राक्षसाने केला तर तो पुन्हा कधीही गद्दारी करणार नाही. तसे तर चाणक्याला आता मगध शहरात रहायचे नव्हतेच. चंद्रगुप्ताला सिंहासनावर बसविणे आणि राक्षसाला त्याचा मंत्री करणे इतक्या दोन कामासाठीच तो थांबला होता. चाणक्याला हे चांगले माहीत होतं की, राजाचे सामर्थ्य त्याच्या मंत्र्याच्या लायकीवर आधारीत असते. चाणक्य अजून राक्षसापासून दुरच होता. त्याच्या समोर आलाच नव्हता. तो तर दूर राहूनच राक्षसाचे मन वळविण्यासाठी वेगवेगळया मार्गाचा अवलंब करत होता. अजून काही त्याला यश मिळाले नव्हते.

राक्षस काही केल्या ऐकणार नाही असे दिसल्यावर चंद्रगुप्त चांडाळाना म्हणतो, 'चांडाळानो, स्वतः मंत्री महोदय इथे आहेत तर त्यांच्या पत्नी मुलांसाठी सुंदरदासाची हत्या करण्याची गरज नाही. त्यांना मुक्त करण्यात यावे' असे सांगून चंद्रगुप्त निघून गेला.

सुंदरदासला मुक्त करण्यात आले. मुक्त होताच सुंदरदास राक्षसाच्या गळयात पडला. आपण इथे आला नसता तर माझी हत्या टळली नसती. मी देखील किती मूर्ख आहे. ते पत्र तुमचेच आहे की दुसऱ्याचे हे पहायला हवे होते. आपण माझ्या घरी यावे आपल्या पत्नी-मुलांना तिथे आणण्याची व्यवस्था करतो.

राक्षसाला कुठे माहीत होतं की, त्याचा हा सुंदरदास नावाचा मित्र चाणक्याच्या इशाऱ्यावर नाचतो आहे. त्याच नाटकाचा भाग म्हणून त्याने हे सर्व करून घेतले होते. परंतु थोडासा संशय राक्षसाला आल्यावाचून राहीला नाही.

वाटेत राक्षसाच्या मनात अनेक उलट-सुलट विचार आले. इतकं मोठं कारस्थान शिजत असताना मला कसे समजले नाही? यामध्ये कोण कोण सहभागी झाले आणि सुंदरदास सारखे कितीजण गुंतले आहेत? मोठीच जटील समस्या झाली आहे. मला तर असं दिसतय की संपूर्ण मंत्री मंडळच यामध्ये सहभागी असावं. आता मी हे शहर सोडून कोठेही जाणार नाही. इथे थांबून आता मी हे शहर सोडून कोठेही जाणार नाही. इथे थांबून गुन्हेगाराचा शोध घेणार आहे. आश्चर्य तर या गोष्टीचे वाटते की, माझ्या नावाचा शिक्का या लोकांनी मिळविलाच कसा? शिक्का तर विश्वगुप्ताजवळ होता. त्याला चोरल्याही जाऊ शकत नाही. ज्या ज्या वेळी मला शिक्क्याची गरज वाटली मला तो विश्वगुप्ताकडे मिळाला. स्पष्ट आहे विश्वगुप्तही यामध्ये सहभागी आहे... विश्वगुप्तावर तर माझा पूर्ण विश्वास होता... जर तो त्यांना मिळाला असेल तर मात्र सर्व शक्य आहे शिक्का त्यांना सहजच वापरता आला. विश्वगुत संपत्तीचा लोभी नाही. हे मला माहित आहे. मग कशासाठी या लोकाच्या तो नादी लागला? स्त्री मोहाला तर बळी पडला नाहीय पण कोणत्या स्त्रीच्या? कदाचित श्वेता नावाची दासी असू शकते. कारस्थानी लोकांना दाद द्यावी लागेल. ज्या स्त्रीला मी मुरादेवीच्या महालात गुप्तहेर म्हणून पाठविले होते ती तर आधीच कारस्थानात सहभागी झाली होती. विश्वगुप्तालाही तिने यामध्ये ओढले... विचार करत करत राक्षस शेवटी समस्याच्या मुळाशी गेलाच. म्हणूनच राक्षसाच्या हुशारीला चाणक्य सलाम ठोकत होता आणि त्यानेच चंद्रगुप्ताचा मंत्री व्हावे म्हणून प्रयत्नशील होता.

37

चंद्रगुप्त आणि भागुरायणला हे कळून चुकले की, मित्र हत्याने विचलित न झालेला राक्षस आपल्या प्रतिज्ञेवर ठाम आहे. चाणक्य मात्र यामुळे जास्त चिंतीत होता. त्याचे सर्व कुटील डावपेच आणि बुध्दिमता राक्षसापुढे माती खात असल्याचे लक्षात आल्यावर तो जास्तच अस्वस्थ झाला. त्याने ठरविले की, राक्षसाला राज्याच्या बाहेर जाण्यास प्रतिबंध करण्यात यावा. चंद्रगुप्ताच्या बाबतीत राक्षसाच्या मनात घृणेची भावना आहे. इतर राजांची मदत घेऊन तो चंद्रगुप्ताला पदच्युतही करू शकतो. चाणक्य व्दिधा स्थितीत होता. अनेक मार्गांचा अवलंब करून पाहीला होता. राक्षसाने कशालाच भीक नव्हती घातली. तो थोडाही विचलित झाला नव्हता. त्याचे मनोबल कायम होते आणि नंद घराण्याबद्दलचे प्रेमही कायम होते. राजघरण्याच्या हितापेक्षा राक्षस कशालाच महत्व देत नव्हता, हे चाणक्याने हेरले होते.

त्याने तर धिक्कार करत सांगितले होते की, मित्राची हत्या झाली किंवा कुटुंबाचा बळी गेला तरी तो चंद्रगुप्ताला राजा म्हणून स्वीकारणार नव्हता. चाणक्य अचानक स्वतःशी पुटपुटला. ‘फारच छान! राक्षस नीतिज्ञ जरी तू नसलास तरी सत्यवादी मात्र तू आहेस. दुसरा कोणी असता तर कधीच त्याने मंत्रीपद स्वीकारले असते. तुझ्या ह्याच गुणावर तर मी फिदा आहे. राक्षस.... या तुझ्यातील गुणामुळेच तर तुला चंद्रगुप्ताचा मंत्री करायचे आहे. भागुरायणला मी किती सहजपणे मगध सम्राटाच्या विरोधात उभे केले होते. तू राजनिष्ठ आहेस आणि भागुरायण राजनिष्ठ नाही, हाच तर तुम्हा दोघात फरक आहे. मग भागुरायण सारख्या सामान्य दर्जाच्या व्यक्तीला मंत्री करण्यात काय अर्थ आहे. असा मंत्री राजाला कधीही धोका देवू शकतो. मंत्रीपदासाठी एकच लायक व्यक्ती आहे आणि तो म्हणजे फक्त राक्षस ... परंतु राक्षसाला कसे तयार करायचे? तो तर चंद्रगुप्ताला

दासीपुत्र किरत कुमार समजतो आहे. राक्षस तर असेही सांगतो आहे की, चंद्रगुप्तानेच नंदाला ठार केले असून तो त्याच्या जागेवर बसला आहे. मग तो त्याचा मंत्री म्हणून कसा कारभार पाहू शकतो? राक्षसाला शहराबाहेर जाऊ दिले तर तो मलयकेतुला भेटेल. मलयकेतुला यवनांच्या बाजुने वळवू शकतो. अशा प्रकारची बिकट स्थिती राक्षस कधीही निर्माण करू शकते. चंद्रगुप्ताच्या सुरक्षेसाठी राक्षसाला मंत्रीपदावर विराजमान करणे गरजेचे आहे. कोणत्याही कारस्थानाला राक्षस भीक घालत नाही. कारस्थानाला ते घाबरतात ज्यांना मृत्यूची भीती वाटते. काहीही केले तरी राक्षस त्या प्रयत्नांना निष्फळ ठरवतो. आपल्या प्रतिज्ञेशी कायम बांधील आहे. असे दिसतंय की, मलाच राक्षसासोबत एकांतमध्ये चर्चा करावी लागणार आहे... राक्षसाच्या सहकाऱ्याना फोडणे सोपे होते. कोणाला पदाचे लालच दाखवून, कोणाला संपत्तीचे लालच देवून तर कोणाला स्त्री मोहात फसवून म्हणजे ज्याच्या त्याच्या उणीवा लक्षात घेऊन माझं कार्य मी पूर्ण करून घेतले. परंतु राक्षस यापैकी कोणत्याच गोष्टीला बळी पडणारा नाही. त्याला कशाचीच गरज नाही. आता तर सावध झाला आहे... त्याचे डोळे आता उघडे आहेत. त्याला जाणीव झाली आहे की डोळे बंद करून सहकार्यावर विश्वास ठेवल्यामुळेच सारी भानगड झाली आहे. त्याच्यावर कोणतीच जादू चालत नाही. जखमी सापाला नियंत्रणात कसे बरे ठेवता येईल? त्याने एखादी गोष्ट सहज मान्य केली तरच काम होऊ शकते आणि हे काम मलाच करावे लागणार आहे. राक्षस सरळमार्गी आहे. सत्यवादी आहे. त्याच्या बाबतीत कारस्थान आणि कपट या हत्याराचा काही फायदा होत नाही. जिथे कारस्थान करून काम होईल असे वाटते तिथे कारस्थान आणि जिथे सरळपणे काम होईल तिथे सरळपणानेच काम करून घेणे शहाण्या माणसाचे लक्षण आहे. स्वभाव आणि योजना बदलत राहीले पाहीजे. हीच तर माझी नीती असेल तर मग मी असा एखाद्या असाह्य व्यक्तीसारखा निष्क्रीय का बसलोय? राक्षसासोबत चर्चा करण्यासाठी एका सरळमार्गी माणसासारखा त्याच्याकडे जातो आणि त्याला इतकं कोंडीत पकडतो की त्याने आपली प्रतिज्ञा आनंदाने तोडली पाहिजे. त्याच्यावर देशप्रेमाचा इतका मारा करतो की, तो तयारच झाला पाहिजे राक्षससमोर मला हात जोडावे लागले तरी मी ते करील. मला फक्त माझं काम

त्यांच्याकडून करून घ्यायचं आहे. एकदा तो तयार झाला की पुन्हा माघार घेणार नाही.

इतका सारा विचार केल्यावर चाणक्याला थोडी आशा दिसू लागली. तिकडे पर्वतेश्वराचा पुत्र मलयकेतु मगधावर आक्रमण करण्याच्या तयारीला लागला होता. पर्वतेश्वर ग्रीक यवनाच्या नियंत्रणाखाली काम करणारा राजा होता. मलयकेतूने सिंकदरचा प्रतिनिधी सेल्युकसकडे निरोप पाठवून सर्व परिस्थिती कथन केली होती. पत्रात त्याने या गोष्टीचा प्राधान्याने उल्लेख केला होता की, त्याचे वडील मगधामध्ये एक बंदी म्हणून आहेत. आपण सैन्यासहीत मदतीला धावून यावे. सेल्यूकसला हेच पाहिजे होते. परंतु राक्षसाच्या बुध्दिसामर्थ्याला घाबरून त्यानी कसलीही हालचाल केली नव्हती. पाटलिपुत्र ताब्यात घेऊन मगधला राजधानी करावे ही तर सिंकदराची इच्छाच होती. त्यावेळी त्याची ही इच्छा पूर्ण झाली नव्हती. सेल्युकसने शांतपणे या प्रस्तावावर विचार केला. त्याच्या लक्षात आले की, आता मी गांधार, पंजाब आणि मलयकेतुच्या सैन्याची मदत घेऊन मगधाचा पराभव करू शकतो.

सेल्युकसने तात्काळ हा प्रस्ताव स्वीकारला आणि आक्रमण करण्याच्या हेतूने मलयकेतुला जाऊन भेटला. सेल्युकसने सांगितले आपण अचानकपणे मगधावर हल्ला करू पण ही गोष्ट मलयकेतुला काही रूचली नाही 'जिंकण्यासाठी अचानक हल्ला तर ठीक आहे पण यामध्ये एक धोक आहे, चंद्रगुप्त माझ्या पित्याची हत्या करू शकतो, दुसरा मार्ग आहे एखादा?'

दोघांनी दीर्घ विचार केल्यानंतर असे ठरविले की, मलयकेतूने एक दूत मगधला पाठवावा. दुताने जाऊन सांगावे की, पर्वतेश्वराला मुक्त करण्यात यावे नसता मगधवर आक्रमण केल्या जाईल. या गोष्टीवर सर्वांचे एकमत झाल्यावर शाकलायन यवना बरोबर मगध शहरात आला. त्याला अशा सूचना दिल्या होत्या की, त्याने चंद्रगुप्ताबद्दल मगध राज्यातील लोकांच्या काय प्रतिक्रिया आहेत आणि काही कमजोर धागा असेल तर तो सांगावा म्हणजे त्याचा फायदा उठवता येईल.

38

पाटलिपुत्रमध्ये गेल्यावर शकलायन विचारमग्न झाला. मला फक्त एका दुताची भूमिका पूर्ण करायची नाही. धनानंदाची हत्या करणाऱ्या चंद्रगुप्ताबद्दल प्रजेची काय धारणा आहे; याचाही शोध घ्यायचा आहे. काही दिवस इथे राहील्यानंतरच हे काम करता येईल. शकलायन हे चांगल्या प्रकारे ओळखून होता की, ज्याने इतके मोठे कारस्थान करून सत्ता हस्तगत केली आहे; तो काही साधारण व्यक्ती असणार नव्हता तो भित्राही असणार नाही. आक्रमण करण्याची धमकी देताच तो पर्वतेश्वराला सोडून देईल असा विचार करतच तो आपल्या लवाजम्यासहीत राजवाड्याजवळ आला. त्याला अतिथी ग्रहात थांबण्याचे सांगण्यात आले. शकलायनने चंद्रगुप्ताकडे निरोप पाठविला की, तो प्रवासाने थकल्यामुळे दोन दिवस तरी महाराजांना भेटता येणार नाही. त्यामुळे महाराजाने क्षमा करावी असेही निरोपात म्हटले होते. आराम झाल्यावर आमच्या महाराजांचा निरोप घेऊन तो चंद्रगुप्ताला भेटणार होता.

हा संदेश ऐकून चंद्रगुप्त सतर्क झाला. शकलायनसहीत त्याच्या सहकार्यांच्या मागावर गुप्तहेर ठेवले. गुप्तहेरांना चंद्रगुप्ताने सांगून ठेवले होते. त्यांच्या प्रत्येक हालचालीवर लक्ष ठेवा .... प्रत्येक क्षणाची माहिती मला हवी आहे. परंतु त्याच्यामागे कोणी गुप्तहेर आहे याची माहिती त्यांना नसली पाहिजे. पाहिल्या दिवशी थकल्यामुळे शकलायन कुठेही गेला नाही. सेवकासोबतही काही चर्चा केली नाही. परंतु चाणक्य शांत बसणाऱ्यापैकी होता कुठे! त्याने हरी भाई नावाच्या व्यक्तीला शाकलायनकडे पाठविले सोबत एक पत्रही दिले त्यात नाव्ही हा कुशल सेवक असल्याचे आणि तो थकवा दूर करू शकतो असे म्हटले होते. आपण अतिशय थकलेले दिसताय म्हणून ही व्यवस्था करण्यात आली आहे, नाव्ह्याची मदत घ्या थकव्यातून लवकर बाहेर पडाल, असे त्या पत्रात लिहीले होते.

नाव्ह्यामुळे शकलायनला थोडासा अडथळा निर्माण झाल्यासाखे वाटले.

परंतु याला थोडे हरबऱ्याच्या झाडावर चढवले तर हा आवश्यक ती माहिती पण देऊ शकेल. कारण सेवकांना आतली-बाहेरची माहीती असते. थोडं जरी सांगीतलं तरी पुरेसं आहे. असा विचार करून त्याला आपल्याजवळ शकलायनने ठेवले. इतकेच नाही तर त्याच्या कडून शरीराची मालिस ही करून घेतली.

नाव्ही प्रसन्न होऊन बोलला, 'देव, आपण मला सेवेची संधी देऊन धन्य केलेत. सांगा मी आपल्यासाठी काय करू? महाराज धनानंद देखील माझ्याकडून सेवा करून घ्यायचे. परंतु कारस्थानामध्ये नंदघरण्याचा सर्वनाश झाला. त्याचं मला दुःख आहे. आता त्या गोष्टीला आठवत बसण्यात अर्थ आहे? राजा तर आता दुसराच होवून बसलाय' असे सांगत नाव्ह्याने शकलायनकडे पाहिले.

शकलायनने विच र केला, हा तर कामाचा माणूस आहे. आतल्या बाहेरच्या गोष्टीची माहीती ठेवणारा असा विचार करून शकलायन बोलला, नाव्हीराम तुझे नाव हरी आहे?'

होय.... नाव्ही राम इतकेच म्हटले

तुझ्या हातात कमालीची जादू आहे. तुझ्या हाताच्या स्पर्शाने माझा थकवा दूर झालाय, राजघरण्यात तुझ्यासारख्या लोकांची कदर केल्या जाते. असे दिसतेय की, धनानंद महाराज फारच दयाळू व्यक्ती होते. त्यांना गुणवान लोकांची पारख होती'

आपला अंदाज अगदीच बरोबर आहे, देव त्यांच्या सारखा दुसरा व्यक्ती मिळणे आला कठीण आहे' नाव्ही रामाने सहजच म्हटले.

मग त्यांचा मृत्यू अशा प्रकारे का बरे झाला? मी तर असे ऐकले आहे की, धनानंदावर प्रजा नाराज होती. शकलायने खडा टाकला.

'आपण चुकीचे ऐकले आहे देव .... हत्याकांडानंतर इथे कोणीच आनंदी नाही परंतु मुकी बिचारी हाका कुणीही अशी प्रजेची अवस्था. ती काय करू शकते! बळी तो कान पिळी ही म्हण तर आपल्याला माहीतच असेल?' नाव्हीराम अप्रत्यक्ष सगळं सांगून गेला.

'म्हणजेच प्रजा सुखात नाही, नवीन राजामुळे? शकलायनने हळू स्वारात म्हटले, होय, प्रजेमध्ये रोष आहे, परंतु सेनापती भागुरायण चंद्रगुप्ताच्या बाजूने असल्यामुळे .... काहीच करता येत नाही....'

शकलायन तात्काळ बोलला, 'असे कसे इतके मोठे कारस्थान यशस्वी झाले आहे तर दुसऱ्या राजाची मदत घेऊन चंद्रगुप्ताला पदच्युत करता आले असते.'

परंतु दुसरा राजा कशासाठी मदत करील? त्यालाही काही सत्तेची लालसा राहीलच, केवळ प्रजेची मदत तर ते करणार नाहीच....' न्हावी रामने खरे तेच सांगीतले.

शकलायन थोडावेळ शांत राहिला, 'तितक्यात न्हावीरामने एक प्रश्न केला. सांगा, कोण करील प्रजेची मदत?'

शकलायन बोलला, 'न्हावी जातीची माणसं तर भडकलेल्या माथ्याची असतात. इतकेही समजत नाही. कल्पना कर, कोणी राजा तुम्हाला मदत करायला आला तर तुमची प्रजा सहकार्य करील?'

न्हावीराम उत्तरला, 'फारच छान! गमंत करता आपण, गरीब माणसं काय मदत करू शकतात? हो, प्रजेमध्ये एखादा विद्रोही व्यक्ती असेल तर प्रजा त्याच्यामागे उभा राहू शकते.'

शकलायनने न्हावीरामकडे बारीक नजर करून पाहिलं, म्हटले, तुझा जास्तच कोंडमारा होतोय असं दिसतय, एका कुशल राजकारण्यासारख्या गोष्टी करतोस'

'नाही देव, मी तर केवळ एक न्हावी आहे' इतका मोठा राजकारणी असतो तर चंद्रगुप्ताला सिंहासनावर बसू दिले असते? मी थापाड्या आहे, म्हणून आपल्याला हुशार वाटतोय' असे म्हणून न्हावीरामने त्याला गोंधळात टाकले.

'फारच छान .... तू तर शरीराला आरामच दिलास चल, घे हे बक्षीस' असे बोलून शाकलायनने त्याच्या हातावर एक स्वर्णमुद्रा टेकवली.

डोळे वटारून न्हावीरामने ती स्वर्णमुद्रा पाहिली नंतर याची काय गरज म्हणत ती स्वर्णमुद्रा त्याने स्वीकारली.

शाकलायन न्हावीला म्हणाला, 'मगध राज्यावर दुसऱ्या राजाने हल्ला केला तर प्रजेला कसे वाटेल? हे पहा, घाबरून नकोस.... मी हे कोणालाही सांगणार नाही. मला इतकेच माहीत करून घ्यायचे आहे की, यावेळी मगधच्या प्रजेला काय हवे आहे?'

'देव, मला तर भीती वाटू लागलीय. एखाद्या गुप्तहेरांने आपली चर्चा ऐकली तर मी तर मेलोच.... तो कारस्थानी ब्राह्मण चाणक्य मला काही सोडणार नाही... मी या विषयावर काहीही बोलणार नाही.... आपल्या सेवेसाठी मी आलो आहे. असल्या भानगडीत मला पाडू नका'.

शाकलायने आणखी एक स्वर्णमुद्रा त्याच्या हातावर टेवकली 'तू गरीब आहेस म्हणून देवू लागलोय, पहा इथे कोणीही नाही.... विनकारण घाबरत आहेस तू, सांग, मी आता तुला जे विचारले होते त्याच्याबद्दल.

आपण इतका आग्रहच करत आहात तर ऐका, 'मंत्री राक्षसाला तुम्हाला तुमचे म्हणणे पटवून देता आहे तर तुमचे काम होऊ शकते. राक्षसाने अद्याप प्रधानमंत्र्याचे पद स्वीकारलेले नाही. चाणक्य चंद्रगुप्ताला आणि भागुरायणला तो नंदघरण्याच्या हत्याकांडाला जबाबदार धरतो आहे. या लोकांनी राक्षसावर देखील अन्यायच केला आहे. आपण समजदारी दाखवली तर राक्षस तुमचे म्हणणे ऐकू शकतो. प्रजेमध्ये राक्षसाच्या संदर्भात विश्वास कायम आहे आणि चाणक्याची प्रतिमा खराब होत आहे. राक्षसाची भेट घेऊन पहा. तो तयार झाला तर समजून घ्या की आपले काम झाले, शकलायन काही आठवत बोलला, हे तर सांग, राक्षसाला कसे भेटू शकतो?'

मी भेट घालून देवू शकतो, आपण चिंता करू नका न्हावीरामने दरवाजाकडे पहात सांगीतले'

चांगली गोष्ट आहे....' शकलायन बोलला, तू माझी भेट राक्षसाबरोबर घडवून आण... जमलं तर जमलं.

न्हावीरामने नम्रपणे म्हटलं, 'हा सेवक आपलं काही नुकसान नाही होऊ देणार'.

स्मीत करत शाकलायनने त्याच्याकडे पाहिले, न्हावीरामला देखील हसू आवरता आलं नाही.

शकलायनला हे चांगले माहीत होते की युध्द टाळता येणार नाही. ही चांडाळ चौकडी पर्वतेश्वराला सहजा सहजी सोडणार नाही. आर्थिक दंड देखील वसूल करू शकता. आक्रमण तर करावेच लागेच त्यासाठी ही माहीती गरजेची आहे.

शकलायन विचारमग्न असतानाच नाईराम बाहेर निघून गेला, शाकलायन राक्षसाला भेटण्यासाठी उतावळा झाला होता. 'राक्षसाची भेट झाली तर काही होऊ शकतं. परंतु कोठे भेटणार त्याला?' वेषांतर करून राक्षसाला भेटले तर ठीक राहील. असा विचार मनात येताच शाकलायनने न्हाव्याला आत बोलावले आणि वेषांतर करण्याची कल्पना त्याला सांगीतली.

न्हावी राम म्हणाला, 'वेषांतर करून जाणेच ठीक राहील न्हावी होऊन बाहेर जा'

एका ब्राह्मणाने न्हावी व्हावे ही कल्पना शाकलायनला रूचली नाही पण परिस्थितीची मागणी म्हणून त्याने हा पर्याय निवडला.

39

राक्षसाच्या घरी न्हावी राम आणि शाकलायन पोहोचले तेव्हा त्यांना दरवाजा बाहेरच थांबायला सांगितले कोणलाही आतमध्ये येऊ देवू नये असे राक्षसानेच सांगून ठेवले होतो. पण दोन न्हावी त्यांना भेटायला आल्याचे ऐकून त्याना परवानगी मिळाली. आतमध्ये आलेल्या दोघांकडे राक्षसाने लक्षपूर्वक पाहीले. नंतर म्हणाला, आपण दोघे न्हावी तर वाटत नाहीत. न्हावी म्हणून आला आहात पण तुम्ही न्हावी नाहीत. असो, जे कोणी आहात बसून घ्या. आपल्याला देण्यासाठी माझ्याकडे तर काहीही नाही. तेव्हा कशासाठी आलात ते सांगा'

राक्षसाचे बोलणे ऐकून दोघांना आश्चर्य वाटले शकलायनने पुढाकार घेतला, आम्ही वेषांतर केल्याचे आपण बरोबर ओळखले आहे. मला आता खरं खरं बोलावं लागेल. मुळ वेषात आपल्यापर्यंत येता आले नसते. धोकादायकही होतं ते, त्यामुळे या स्थानिक न्हाव्याच्या सहकार्याने आपल्याकडे आलो आहे. इथे कोणी नसेल तर मी माझी खरी ओळख सांगू

राक्षसाला देखील आश्चर्य वाटले की, न्हाव्याच्या वेषात हा कोण आहे आता? नंतर राक्षस बोलला, निश्चित मनाने सांगा की आपण कोठून आलेला आहात. इथे येण्याचा काय उद्देश आहे आपला? आपण न्हावी तर नाहीतच राजघराण्याशी संबंधीत असू शकता'.

'आपला अंदाज बरोबर आहे, मंत्री महोदय! राजकीय कारणासाठीच मी आपल्याला भेटायला आलो आहे'.

'कसले राजकीय कारण? आपल्या राजाचे काय नाव आहे? संकोच न करता सगळं काही सांगून टाकावे?' राक्षस अधिकच अधीर झाला होता.

शकलायन थोडासा संकोचला. नंतर धीर करून सांगू लागला, मी मलयकेतुच्या दरबारातून आलो आहे'

'असे आहे तर, मलयकेतुकडून आला आहात, माझ्या गुप्तहेराने मला याची आधीच माहिति दिली होती की, शकलायन नावाचा कोणी मंत्री इकडे

आला आहे. पर्वतेश्वराला मीच कैदेत टाकले आहे असे मलयकेतुला तर वाटत नाही ना किंवा मला कैंदेत टाकण्यासाठी तर आपण माझ्याकडे आला नाहीत ना?'

आपण हे काय बोलताय, मंत्री महोदय! मलयकेतु पर्वतेश्वराचा पुत्र आहे, त्याचं नाराज होणं योग्यच आहे. परंतु इथे आल्यावर माझ्या असे लक्षात आले आहे, त्या कारस्थानाशी आपला काहीही संबंध नाही. ना तुम्ही त्यांना निमंत्रित केले होते ना तुम्ही त्यांना कैदेत टाकले आहे. हे सत्य माहीत झाल्यामुळेच आपल्याला भेटायला आलो आहे...'

राक्षसाने विचारले, एका दिवसातच आपल्याला सगळी माहिती कशी काय मिळाली? इथे तर सगळेच मला दोषी समजत आहे. प्रजेचे देखील असेच मत आहे. काही दिवसापूर्वी जो काही हत्याकांड झाला त्यामागे माझाच हात आहे, खुद्द पर्वतेश्वरालाही असेच वाटते. परंतु आपल्याला हे सत्य सांगीतले कोणी?'

'मंत्री महोदय! किती लोकांची नावे सांगायची मी तर इथे कोणालाच ओळखत नाही, परंतु प्रजेच्या तोंडून मी हेच ऐकले की महामंत्री निर्दोष आहेत. त्यांच्याकडून अशाप्रकारच्या कृत्याची अपेक्षा करणेच पाप असल्याचे ते समजतात. माझ्या असे लक्षात आले आहे की, आपली प्रतिष्ठा आजही कायम आहे'

'ठीक आहे, चला मगधमध्ये आजही सत्याची बाजु घेणारे लोक आहेत आणि माझ्यावर अजून त्यांची निष्टा आहे, पुढे बोला.....' राक्षसाची उत्सुकता वाढीस लागली होती.

'मंहामंत्री! इतके सगळे घडल्यावर आपण क्रोधीत होणे स्वभाविक आहे आणि स्वतःला निर्दोष सिध्द करण्याचा आपण प्रयत्नही करीत असणार...हा विचार करूनच मी आपल्याला भेटण्याचा निर्धार केला. मोठ्या हुशारीने शकलायनने आपले म्हणणे मांडले होते.

ते सर्व बाजूला ठेवा... आपला माझ्याकडे येण्याचा नेमका उद्देश काय आहे. माझ्या लक्षात नाही आलं काही अडचण नसेल तर सरळ व्यक्त व्हावे... मी ऐकून घेईल आपलं म्हणणं' शाकलायनचा मुख्य उद्देश समजून घेण्यासाठी राक्षसाने मुद्यावर जोर दिला.

थोडा अडखळत शकलायन बोलला,' मंत्री महोदय! मी तर एक दूत म्हणून आलोय जे आहे तेच सांगेल, मलयकेतूने पित्याला मुक्त करण्याच्या मोबदल्यात विशिष्ट रक्कम घ्या किंवा युध्दाला तयार रहा'

'मयलकेतुने असा निरोप पाठविला आहे?'

'होय.... पण आपल्याला संशय किंवा आश्चर्य का होत आहे?' शकलायने नम्रपणे विचारले

आश्चर्य तर होणारच ना, तो मगध राज्याबरोबर युध्द करणार!' राक्षसने शकलायनकडे काळजीपूर्वक पहात म्हटले.

'मी मगधाचे सैन्यबळ जाणतो, परंतु मलयकेतु तितका विवेकहीन ही नाही'.

'विवेकहीन नाही तर काय आहे? तो दुसऱ्याच्या जिवावर हिमत करत आहे... असे म्हणून राक्षस थोडं हसला.

'म्हणून तर आपल्याकडे आलोय आपण सहकार्य करणारच...' शकलयानने विश्वास व्यक्त केला.

मलयकेतुच्या मदतीला आणखी कोण कोण आहेत? राक्षसाने स्वतःवर ताबा ठेवत प्रश्न केला.

दुसरा कोण असणार? असे सांगून शाकलायन द्विधेमध्ये अडकला आणि राक्षसाकडे विचित्र नजरेने पाहू लागला.

राक्षस बोलला, 'दुत आहात डोळयात डोळे टाकून बोलणी करा. राक्षसाजवळ सत्य कथन करणे बंधनकारक असतं असे बोलून राक्षस हसू लागला. दुसऱ्या राजाच्या मदतीशिवाय मलयकेतु मगधवर हल्ला करण्याचा विचारही करू शकत नाही आणि ऐकून घ्या, त्याला जर कोणी मदत करणार असेलच ता तो असेल सेल्युकस, आता तर पुढे बोला' हे ऐकून शाकलायन चांगलाच हादरला, आता मी काय सांगणार सेल्युकसचे पूर्ण सहकार्य मलयकेतुला आहे,आपण देखील मलयकेतुला अप्रत्यक्षपणे सहकार्य करावे. हीच आपल्याला नम्र विनंती आहे, आपली इच्छा असेल तर बदला घ्यायचा आहे तर आपला आणि मलयकेतुचा हेतू साध्य होवू शकतो.

आणि यवन सेनापतीचा काय फायदा होणार आहे, हे सांगाना. भुवया ताणत राक्षसाने विचारले.

शकलायन निःशब्द झाला राक्षसाचा चेहरा आता बदलला होता. याचा अंदाज त्याला आला होता.

सांगा आपण शांत का? सेल्युकसचा काही फायदा असेलचना... मोठ्या आवाजात राक्षस बोलला.

तो मित्राची मदत करू इच्छितो आहे. मित्राला सुख मिळेल... त्याचे पिता पर्वतेश्वर मुक्त होतील. हाच सेल्युकसचा फायदा. शकलायन चाचरत

बोलला.

हे ऐकून राक्षस बोलला, आपण दूत आहात मनाचे काही सांगणार नाहीत. सेल्युकसचा काही फायदा नाही; असे तर काही होणार नाही. सेल्युकसला मी चांगले ओळखतो. त्याला मगधाला पराभूत करण्याची इच्छा आहे. सहजच मदत करणारा तो प्राणी वाटत नाही'.

शकलयान नरम पडला, तो म्हणाला, ठीक आहे, पण यामुळे काय बिघडणार आहे?'

बरचं काही बिघडू शकतं... राक्षसाचा आवाज कठोर झाला होता, संपूर्ण भारत यवनांच्या सत्तेखाली येईल... ते येथील जनता, संस्कृती आणि सभ्यतेला पायाखाली तुडवतील दास नाही? पर्वतेश्वराला गुलामी मान्य असेल याचा अर्थ सर्वांनाच असेल असे नाही?'

शकलायनजवळ याचे उत्तर नव्हते. तो बर्फासारखा थंड पडला होता

'तर मग आम्ही काय करावे? दुसरा मार्ग तरी कुठे आहे? शकलायनला वेळेवर हे वाक्य सुचलं.

दुसरा मार्ग कसा नाही. युध्दाचा विचार डोक्यातून काढून टाका.

राक्षसाने असे म्हटल्यावर शाकलायन म्हणाला, 'म्हणजे आपण आम्हाला मदत करणार नाही'

'नाही! राक्षसाने सांगून टाकले, बदला त्या कारस्थानी लोकांचा मला घ्यायचाच आहे, परंतु यवनाकडे राज्यसत्ता सुर्पूद करून नाही'

'परंतु यवन सेना केवळ मलयकेतुच्या पित्याचा बदला घेण्यासाठी सहकार्य करत आहे. बदल्यात त्यांना काही नको आहे'.

'फारच छान... मदतीच्या मोबदल्यात कोण कसे काही घेणार नाही? आपल्याला असेच वाटते, आपण मंत्री आहात, मला असे म्हणायचे नाही की आपल्याला समजत नाही. आपण त्यांचे सेवक आहात. आपल्याला योग्यच वाटेल पण मी आपल्यासाखा नाही. यवन असतील किंवा पर्वतेश्वर... नला नाही वाटत की, त्यांनी मगधच्या पवित्र भूमिवर हल्ला करण्याची हिमंत करावी आणि मी त्यांना मदत करावी. मला माहीत आहे. पर्वतेश्वर आणि सेलयुकस दोघांनाही मगध जिंकून घ्यायचे आहे.

मग काय चंद्रगुप्तासारख्या राजघातकी व्यक्तीच्या हातात मगधाची सत्ता राहावे असे आपल्याला वाटते काय? माहिती काढून घेण्यासाठी शाकलायन बोलला.

असे तर वाटत नाही. परंतु परिस्थितीची मागणीच तशी दिसतेय.

चंद्रगुप्ताच्या हातात मगधाची सत्ता असणे योग्य आहे.

'महामंत्री, मी तर फार मोठ्या आशेने आलो होतो. आपण यवनांचे प्रतिनिधीत्व करणारे आहात.... त्यांची गुलामी स्वीकारली आहे. मी देखील आपल्या सारखेच करावे काय? आपण माझ्या जागी असता तर असाच विचार केला असता?'

आपण तर नंदघराण्याचे राजनिष्ठ सेवक आहात. नंदघराण्याची हत्या करणाऱ्यांच्या हातात मगधाची सत्ता आपण कशी देवू शकता?

शाकलायन! मी तर मगधचा सेवक आहे. मग प्रजेशी गद्दारी कशी करू. यवनांनी इथे येऊन अत्याचार करावा, हे देखील मला मान्य नाही...'

'मलयकेतु तर याच देशाचा आहे. त्याच्या अधिकाराखाली हा भाग आला तर काय फरक पडेल?'

तो त्या यवनांचा गुलाम आहे आणि यवनांच्या सहकार्यानेच मगधाला पराभूत करील म्हणजे सत्ता यवनांची झालीच ना'

'मी सांगतोय ना, असे नाही होणार मलयकेतुचेच इथे प्रभुत्व राहील'.

'महामंत्री शाकलायन! कोणत्या भ्रमात आहात आपण? यवन सहकार्य करतील आणि मोबदल्यात काही घेणार नाहीत. असे होऊ शकते का? काही घेण्याची गोष्ट सोडा, ते तर पूर्ण मगधच ताब्यात घेतील. यवनांची लालसा मोठी आहे. राजा धनानंदाने ठरविले असते तर यवनांचे अस्तित्व पुसुन टाकले असते. पण मी काय बोलणार?'

ठीक आहे, आता हे सांगा मलयकेतु इथे आला तर येथील प्रजा चंद्रगुप्त आणि चाणक्याच्या विरोधात उभे राहू शकतात? लोकांना विद्रोह करण्यास आपण भाग पाडू शकता?

शकलायन तुम्ही एकच प्रश्न पुन्हा पुन्हा विचारत आहात? हा राक्षस चंद्रगुप्त, चाणक्य आणि भागुरायणचा कितीही तिरस्कार करत असला तरी तो यवनांची बाजू कधीही घेणार नाही. हा आमचा अंतर्गत मामला आहे. याचा फायदा यवन कसा उठवू शकतात? मला जितकं शक्य आहे तितकी मी चंद्रगुप्तालाच मदत करील, नाही तर शांत बसेल. परंतु हा प्रदेश यवनांच्या ताब्यात जाईल असा मार्ग मी काही स्वीकारणार नाही, आपण येथून गुमान निघून जावे, मी देशद्रोह नाही करू शकत.

काय विचार करून शाकलायन आला होता आणि त्याला काय काय ऐकावे लागले. राक्षसाने त्याचे चांगलेच तोंड बंद केले होते. तो शांत उभा होता. नंतर न्हावी राम बरोबर बाहेर निघून गेला.

40

शिष्य जसा चाणक्याला भेटला, त्याने सारा वृंतात सविस्तरपणे सांगितला खरे सांगायचे म्हणजे हा न्हावी म्हणजे चाणक्याचाच शिष्य होता.

त्याची माहीती ऐकून चाणक्य उठून उभा राहीला आणि मोठ्याने हसू लागला. तू खरोखरच महान आहेस राक्षस. माझे कारस्थान तुझ्यापुढे पराभूत झाले आहे. यवनांचा नायनाट करणे माझे उद्दिष्ट होते त्याच आशेने मी मगध राज्यात आलो होतो. परंतु मदत करायची सोडून धनानंदाने मलाच अपमानित करून दरबारातून बाहेर काढले होते. त्याचवेळी मी प्रतिज्ञा केली होती की, नंदघरण्याचा विनाश करील. मी माझी प्रतिज्ञा पूर्ण करण्यासाठी रक्तपात केला. तुझ्या जागी मी असतो तर प्रतिज्ञा पूर्ण करण्यासाठी यवनांचे देखील सहकार्य घेतले असते. थोडाही विचार केला नसता की मगध कोणाच्या ताब्यात जात आहे. परंतु राक्षसा नंदघरण्याशी आणि प्रजेशी तुझी असणारी निष्ठा पाहून मी थक्क झालो आहे. आता सरळ मार्गाने मी तुला असे हतबल करील की, तू चंद्रगुप्ताचा मंत्री होणे आनंदाने मान्य करशील. चंद्रगुप्ताला तुझ्यासारखा नाही तर मनाने तू चंद्रगुप्ताला मदत करशील'

चाणक्य काय बोलत होता ते त्याची त्यालाही समजत नव्हते. इथे आपला शिष्य आहे हे याचे देखील त्याला भान नव्हते, त्याला काय वाटेल?

शिष्य हे सर्व ऐकून बोलला, 'गुरूदेव! आपण राक्षसाला चंद्रगुप्ताचा मंत्री करू इच्छिता तो तर एक नंबरचा आंधळा आहे, आपण जे काही केले त्याला तर यापैकी काहीच दिसले नाही. या पदासाठी लायक वाटत नाही.

हसून चाणक्य म्हणाला, शिष्य मी पडलो शिक्षक... आता माझी प्रतिज्ञाही पूर्ण झाली आहे. चंद्रगुप्ताला मंत्री मिळेपर्यंत मी इथे आहे. तुझ्या नाही लक्षात यायचे ते.... ब्राह्मण असून मी किती नीच प्रकारचे कार्य केले आहे. या पापातून मुक्त होण्यासाठी हिमालयातील एखाद्या गुहेत बसून

तपश्चर्या करण्याची गरज आहे. तू पाहिलेच आहे, मी कोणती कोणती वाईट कामे केली आहेत. एखाद्याने हत्या केली तर आयुष्यभर पश्चाताप दग्ध होते पण मी तर हत्याकांडच घडवून आणला आहे. चंद्रगुप्ताजवळ मी राहीलो तर पापात अधिक भरच पडेल. तसे मला तर पदही नको आहे. चंद्रगुप्ताला माझ्याबद्दल जो आदर वाटतो तोच कायम राहावा. त्यासाठी मला हा प्रदेश सोडून गेले पाहिजे. राक्षसाची देशभक्ती मी तपासली आहे.... चंद्रगुप्ताला अशाच मंत्र्याची गरज आहे. एकदा राक्षस हो म्हटला की माझी सुट्टी झाली म्हणून समज'

चांगल्या वाईटात फरक तर असतोच. चाणक्याने मुद्दाम ते केलं आणि करून घेतलं असे नाही त्याने जे काही केले त्याचे त्याला वाईट नाही वाटले. त्याची प्रतिज्ञाच तशी होती. त्यासाठी राजहत्या, बालहत्या आणि स्त्रीहत्या होणारच होती प्रतिज्ञा पूर्ण होताच त्याचं दुष्टकृत्य त्याला स्वस्थ बसू देईना. आता त्याला एकक्षणही पाटलिपुत्र शहरात थांबण्याची इच्छा नव्हती हेच कारण आहे की राक्षसाकडे मंत्रीपद सोपवून मला जायचे आहे. चाणक्याला त्याच्या कृत्याचा पश्चाताप झाला होता. त्याला या घटनेपासून स्वतःचा बचाव करायचा होता.

व्याकुळ चाणक्य जड झालेलं डोकं हलकं करण्यासाठी नदीच्या किनारी गेला होता. नदीच्या किणाऱ्यावर काहीकाळ बसला आणि विचारही केला. महान कुटनीतिज्ञ आणि राजनीतिज्ञ चाणक्याला आता सरळमार्गी राक्षसाच्या समोर निष्कपट आणि सरळ व्हावे लागेल. विनंती करावीच लागेल. यवनांना मगधराज्यात येऊ देणार नाही या प्रतिज्ञेने तर मी फारच प्रभावित झालो आहे... राक्षसाकडे हाच एक गुण आहे. ज्यापुढे चाणक्य सरळ झाला होता. राक्षसाने शाकलायनला केवळ झिडकारलेच नाही तर मदत करायला देखील तयारी दर्शवली नाही. राक्षसाला सरळ गोष्टी आवडतात. त्यामुळेच तर माझ्या कारस्थानात अडकला.

प्रधानमंत्र्याला जाणीव असली पाहिजे. त्याच्याच हीच उणीव होती या कारस्थानानंतर ही उणीव देखील भरून निघाली. आता तो सतत सावध राहील. त्याच्या राजनिष्ठा आणि देशनिष्ठेवर तर मी फीदा आहे. मी आता राक्षसाला प्रत्यक्ष भेटून बोलले पाहिजे... त्याला चंद्रगुप्ताचा प्रधानमंत्री करून तपश्चर्या करायला मोकळा होईल. असा विचार करत चाणक्य आपल्या पर्णकुटीत येऊन पोहोचला. त्याचं मन उव्दिग्न होतं तेथून तो चुद्रगुप्ताच्या राजमहालाकडे निघून गेला.

41

राक्षसाला ही गोष्ट सातत्याने टोचत होती की आपण इतके आंधळे आणि मानसिकदृष्ट्या क्षीण कसे झालो आहोत? पहता-पहाता माझी माणसे माझ्यापासून दूर गेली. राजघराणं संपलं आणि त्याचे पूर्ण खापर माझ्या माथी फोडण्यात आलं असा विचार करणारा राक्षस स्वतःशी बोलू लागला, भूतकाळ आठवत बसून शोकमग्न होणे काही ठीक नाही, आता राज्याच्या सुरक्षेचा प्रश्न निर्माण झाला आहे. मलयकेतु सेल्युकसची मदत घेऊन मगधवर आक्रमण करण्याची गोष्ट करतो आहे. एका तुकडीसह आलेल्या पर्वतेश्वराला बंदी करणे वेगळी गोष्ट आहे. परंतु सेल्युकस आणि मलयकेतुच्या सैनिकांचा पराभव करणे सोपी गोष्टी असणार नाही. माझा मगधच्या सैनिकी सामर्थ्यावर विश्वास आहे पण भागुरायणची सैन्य व्यवस्थेवर पकड आहे? मला आता शांतच राहील पाहिजे..... ना मी चंद्रगुप्ताचा मंत्री म्हणून काम करणार आहे ना मलयकेतुला सहकार्य करणार आहे. मग मी करावं तरी काय? मगध राज्याची सुरक्षा कशी करणार? तो विचारच करता होता; तितक्यात व्दारपालाने येऊन सांगीतले एक ब्राह्मण आपल्या शिष्याबरोबर आला आहे. तो आपल्याला भेटू इच्छितो.

त्याला आदराने आत घेऊन या, कोणी भट असू शकतो. राक्षसाने आतमध्ये येण्याची परवानगी दिली. राक्षसाने ब्राह्मणाला बसायला सांगितले शिष्य देखील बसला परंतु ब्राह्मणाने म्हटले, शिष्य तू बाहेर जाऊन बस'

गुरूने सांगताच शिष्य बाहेर जाऊन बसला.

राक्षसाने पाहिले,'ब्राह्मणच्या चेहऱ्यावर तेज होतं, त्याला वाटलं हा ब्राह्मण चाणक्य तर नाही? परंतु चाणक्य माझ्याकडे कशाला येईल? हा माझ्या मनाचा भ्रम आहे. जिकडे तिकडे चाणक्य असल्याचाच भास होतो आहे.

राक्षसाने प्रणाम करत ब्राह्मणाला म्हटले, ब्राह्मण देव! मी आपल्यासाठी काय करू म्हणजे आपण मला आशीर्वाद द्याल? माझ्याकडे कोणते काम काढलेत?

ब्राह्मण म्हणाला, महामंत्री!

राक्षस मध्येच बोलला ब्राह्मण, मी एक सामान्य नागरीक आहे. मला मंत्री म्हण्याची चूक करू नये, मी आता मंत्री नाही आहे. काही दिवसापूर्वी जी घटना घडली होती. काय आपल्याला माहीत नाही?'

ब्राह्मण म्हणाला, 'ती एक दुर्घटना होती.... कोणाच्या हातात असतात अशा घटना. असे बोलून आपण मंत्रीपदापासून पळ काढू शकत नाही आजही आपण मगधराज्याचे महामंत्रीच आहात. एका मंत्र्यामध्ये जे गुण असतात ते केवळ आपल्या मध्येच आहेत.... मग या पदावरून आपल्याला बरं कोण काढून टाकेल? मी तर आपल्याला मगधचा महामंत्रीच समजतो, असे बोलून ब्राह्मण शांत झाला. राक्षसाला आश्चर्य वाटलं. ब्राह्मण पुढे बोलू लागला. महामंत्री मला कौटिल्य असेही म्हणतात. परंतु आपल्याकडे आज एक सामान्य माणूस म्हणून आलो आहे. काय करणार हीच माझी निती आहे. सरळ मार्गानेच आपण माझे ऐकू शकता. महामंत्री, हे मगधराज्य आपल्या नेतृत्वाची वाट पहात आहे. आपल्याशिवाय ते अपूर्ण आहे.... आज माझ्या मनात कसलेही कपट नाही.

राक्षसाच्या लक्षात आले की हाच ब्राह्मण चाणक्य आहे तितक्यात ब्राह्मण बोलला, महामंत्री आपण सरळमार्गी आहात म्हणून सरळ सरळ चर्चा करायला आलो आहे. धनानंदाने मला अपमानित केले. भरदरबारात माझा अपमान केला. त्याचा मी सर्वनाश केला आहे. आपली धनानंदावर निष्ठा आहे. परंतु तिच निष्ठा आजपासून चंद्रगुप्ताबद्दल असावी असा संकल्प करा'

राक्षसाला प्रचंड राग आला. डोळे लालबुंद करत तो म्हणाला, 'काय नंदघराण्याचा सर्वनाश आणि किरातपुत्राला सिंहासनावर बसवणारा चाणक्य तुच आहेस? कपटी माणसा कारस्थान बंद कर आता. हे अशक्य आहे. तुझ्या तर रक्तातच कारस्थान आहे सरळ मार्गाची भाषा कशाला करतोस? चाणक्य तू तुझी प्रतिज्ञा पूर्ण केलीस हे सांगायला इथे आला आहेस ना? संगळं काही उध्वस्त करून तू मला अपमानित करायला आला आहेस तर तू का नाही हसण्यासाठी येणार माझ्याकडे. मला सारं माहीत झालं आहे चाणक्य! मुरादेवीच्या महालात ज्या श्वेता नावाच्या दासीला गुप्तहेर म्हणून पाठविले होते त्याच दासीला हाताशी धरून तू माझा डावा हात असणाऱ्या विश्वगुप्ताला फोडलेस आणि त्याच्याच मदतीने माझ्या नावाच्या शिक्क्याचा उपयोग केलास... राक्षस पुढे बोलणार तोच मध्ये चाणक्य बोलला, आता झालेल्या गोष्टींना काहीही महत्त्व नाही... मी दुसऱ्या कामाच्या संदर्भात

इथे आलो आहे'

'तर सांगा ना ब्राह्मणदेव आता कोणत्या कारस्थानाची तयारी चालू आहे?'

'नाही, आता कोणतेही कारस्थान नाही, महामंत्रीजी कारस्थान करण्याची ही वेळ नाही. माझी इतकीच इच्छा आहे की, मगधचा प्रधानमंत्री म्हणून आपण कारभार पहावा आणि या राज्याची जोमाने भरभरट करावी.

जे शक्य नाही तेच सांगायला आला आहात आपण 'राक्षस म्हणाला 'काय शक्य नाही...?' शांत डोक्याने विचार केला तर कसे शक्य होणार नाही.

कारस्थान करणे आणि एखाद्या व्यक्तीचे मन वळविणे ह्या स्वंतत्र दोन गोष्टी आहेत.

'होय मंत्री महोदय मला माहीत आहे, हे पहा आपल्याही तेच करायचे आहे जे मला करायचे आहे. यवनाच्या पदस्पर्श मगध राज्याला होवू नये.... ते कधीही आक्रमण करू शकतात' त्याला मी काय करू.... जो राजा आहे.... त्याने याचा विचार करावा .....'

'तो करील किंवा नाही.... हा प्रश्न नाही. त्याला आपला आशीर्वाद पाहिजे आहे. मी उगीच आलो नाही. चाणक्य बोलला, 'आपण तर.... राक्षसाचे बोलणे मध्येच आडवत चाणक्य म्हणाला' हो माहीतय, नंदाशिवाय आपण कोणाचीही सेवा करणार नाहीत. ठीक आहे. परंतु काय आपल्याला मगध राज्याच्या सुरक्षेचे काही देणे - घेणे नाही?'

माझ्या मगध राज्यासाठी मी माझा जीव देखील देवू शकतो, माझं राज्य माझ्या जीवापेक्षा जास्त आहे.

'मग आपण आपल्या राज्याला नशीबाच्या हवाली केले आहे, असे असेल तर आपल्या देशभक्तीला काही अर्थ नाही 'चाणक्याने म्हटले

'आपण असा कसा विचार केला? असे कोणते कारण दिसले आपल्याला? असे विचारून राक्षस शांत झाला.

'माझे विचार आपल्याला कसे माहित झाले?' चाणक्य हसला,शाकलायनने सांगीतले.

माझ्यासोबत झालेली चर्चा तुम्हाला सांगितली? इतका मूर्ख तर नाही शकलायन'

शकलायनने सांगितले नसते तरी मला माहीत झालेच असते. चाणक्याने हसत म्हटले.

याचा अर्थ आपले गुप्तहेर माझ्या घरामध्ये देखील आहेत. आता विश्वास ठेवावा तरी कोणावर? चाणक्य किती मोठा कारस्थानी आहेस तू. आपल्या घरात माझा कोणी गुप्तहेर नाही. चाणक्यावर संशय घेऊ नका.

आज मी आपल्याकडे स्वच्छ मनाने आलो आहे. त्या शाकलायनच्या बरोबर जो एक न्हावी होता; तो माझा शिष्य होता मंत्री महोदय, गांभीर्य आणि परिस्थिती लक्षात घ्या. चाणक्याने घाई केली नाही.

हे एकून तर राक्षस हतबल झाला. हा चाणक्य म्हणजे कसली बला आहे? शाकलायन चाणक्याच्या शिष्या सोबत इथे आला आणि त्याची साधी कल्पनाही त्याला नव्हती. फारच छान चाणक्याचे पण काय डोके आह? हा विचार करून तो चाणक्याला बोलला, देशभक्तीच्या मी केवळ पोकळ गप्पा केल्या असतील तर...?

मला या भानगडीत पडायचं नाही. आपण मंत्रीपदी कायम रहावे माझा राग नंदावर होता. तो आता संपला आहे. माझे इथे काहीही काम नाही माझे ऐका मी तर आजच हिमालयात तपश्चर्या करायला जाईल. माझी इच्छा आहे की यवनांना या देशातून हद्दपार करावे. चंद्रगुप्त एक कुशल यौध्दा आहे. आपण मंत्रीपद स्वीकारले तर हे शक्य होईल. तक्षशिलामध्ये मी राहीलो आहे. यवनांचा अत्याचार मी पाहिला आहे.

राक्षस बोलला, चाणक्य तू माझ्या महाराजाचा घात केलास मी तुझी एकही गोष्ट ऐकणार नाही. तू निश्चित राहा. मी यवनांना कधीही सहकार्य करणार नाही परंतु नंदघरण्याची हत्या करणाराचा मंत्री होण्याची गोष्ट करत आहेस ते आता शक्य नाही आता माझी किंमत काहीच नाही.

महामंत्री! मला निराश करू नाही. मी तुम्हाला धोका दिला आणि तुम्ही धोक्यात आलात. याचा अर्थ असा काढू नका तुम्ही मूल्यहीन झाला आहात. मला जाणीव आहे. आपण मौल्यवान हीरा आहात. त्यासाठीच शकलायनबरोबर माझ्या शिष्याला पाठविले होते. त्यामुळेच मला समजले की, देशभक्ती आपल्या रक्तातच आहे आणि यवनांच्या संदर्भात आपले विचार एकसारखे आहेत नंतरच स्वतः आपल्याकडे आलो आहे. आपल्यासारखे व्यक्ती फार थोडे असतात. आता काय बोलणार सांगा?

मी नंदघराण्याचा मंत्री राहिलो आहे, आता ते घराणेच राहीले नसेल तर या विषयावर चर्चा करण्यात काय अर्थ आहे...'

ठीक आहे, आपण आपल्या मतावर ठाम राहणारच ना? चाणक्याने स्मित करत विचारले.

हो, हे तर मी अनेकदा सांगितले आहे. चाणक्य, तू फारच कुटील आहेस परंतु मी नाही घाबरत तुझ्या कुटील कारस्थानाला नंदघराण्याचा छोटासा बालक जरी असेल तरी त्याला मी सिंहासनावर बसवील आणि पूर्ण राजनिष्ठेने राज्याचा कारभार पाहील आणि तुझ्या चंद्रगुप्ताला क्षणभरही

सिंहासनावर बसू देणार नाही.... मी फक्त नंदवंशाचा मंत्री होऊ शकतो. राक्षसाच्या या बोलण्याचे चाणक्याला हसू आले आपण आताच म्हटले आहे; नंदवंशाच्या लहान बालकाचे देखील आपण मंत्री व्हाल, मंत्री महोदय, आता माघार घेऊ नका बरं, हे शक्य आहे'

दिवसा ढवळ्या तारे कशाला पाहतोस चाणक्य. तुच तर नंदघराण्याचा सर्वनाश केलास कौटिल्य स्वप्नेही पहात असतो? राक्षसाला हसू आणि क्रोधही आला.

जगात काहीच अशक्य नाही दिवसाढवळ्या तारे पहाण्याचा प्रयत्न केला पाहिजे. कोणी सांगावा काही चमत्कार घडू शकतो... इच्छा असेल तर नंदघराण्याचा दीपक आपल्याला दाखवू

राक्षस दुःखी होऊन चाणक्याकडे पाहू लागला. काहीच बोलला नाही. तो चाणक्याच्या निरर्थक गोष्टी ऐकण्याच्या मनस्थितीत नव्हता.

चाणक्य म्हणाला, 'महामंत्री! मला वचन द्या की आपण नंद वंशाच्या बालकाचा मंत्री व्हाल काही फेर बदल तर होणार नाही ना?'

'नाही... अगदीच नाही. शपथ घेऊन सांगतो'.

ठिक आहे. नंदवंशाच्या दिपकला समोर आणतो. चंद्रगुप्ताचा नाही तर त्याचा स्वीकार करा. परंतु त्यापूर्वी हे पाहून घ्या हेच रक्षाबंधन आहे ना?

ते रक्षाबंधन पाहून राक्षस धक्का बसल्यासारखा उभा राहीला. हा रक्षाबंधन तर नंदवंशचा आहे. राजाच्या प्रथमपुत्रास रक्षाबांन बांधण्याची प्रथा आहे. परंतु या रक्षाबंधनाचा या गोष्टीशी काय संबंध आहे?

'चाणक्य म्हणाला, 'संबंध आहे महामंत्री ... शिष्य आत ये'.

शिष्य आत आला. शिष्याचा डावा हात धरून बोलला, 'महामंत्री! काय हा नंदाचा वंश नाही?'

राक्षस शांतच होता.

चाणक्य पुढे सांगू लागला, 'राक्षस हा बालक जो तुमच्यासमोर उभा आहे तो धनानंदाचा सुपुत्र आहे. याच्या दंडावर हे रक्षाबंधन बांधलेले होते. दुर्दैवाने याला दारिद्र्यात दिवस काढावे लागले. मुरादेवी याची आई होती.धनानंदाने तिच्या सोबत विवाह केला होता. हे तर तुम्हाला माहीतच आहे. त्याच्याच पोटी जन्मलेलं हे बालक. याच्यावर संशय घेऊन त्याला ठार करण्यासाठी दूर जंगलात नेले होते. परंतु याला मरायचे नव्हते. मारणारांनी त्याला हिमालयाच्या घाटात सोडून दिले. हा बालक एका गवळ्याला मिळाले नंतर त्या गवळ्याकडून मी आणले आणि त्याला माझ्या प्रतिज्ञेचे भविष्य केले. त्याच्या दंडावरील रक्षाबंधन पाहून त्याचं पालन

पोषण मी राजकुमरासारखेच केले... राक्षस, तुम्ही मला तसे वचन दिले आहे. आत्ता नंदाचा वंश तुमच्यासमोर उभा आहे, आता काय करणार....?

राक्षसाची अवस्था विचित्र अशी झाली

चाणक्य म्हणाला, महामंत्री यामध्ये माझे कसलेही कारस्थान नाही हेच सत्य आहे बोला काही तरी बोला...'

'चाणक्य...' थरथरल्या आवाजात राक्षस बोला, सर्व गोष्टी खऱ्या आहेत रक्षाबंधनही नंदाचेच आहे पण...'

आता काय मंत्री महोदय? मी जे सांगितले ते सिध्द करून दाखविले आपण आपला शब्द पाळावा.

ज्या बालकाला जंगलात हत्या करण्यासाठी नेले होते, काय ते हेच बालक आहे?'

राक्षसाच्या मनात संशय होता. संशयाला कुठे जागाच नाही, मंत्रीमहोदय, ज्याने ह्या बालकाचा सांभाळ केला तो याच शहरात आहे. आपण आज्ञा द्यावी मी त्याला बोलावून घेतो. परंतु आपण आपल्या शब्दापासून पळ काढू नये.

खूप विचार करून राक्षस म्हणाला, ज्या मुरामुळे राजाची हत्या झाली त्या मुरेच्या पुत्राच्या नेतृत्वाखाली मी काम कसे करू? मुरा आणि मुराचा पुत्र दोन्ही मला पसंत नाहीत. पण जर नंदवंशच शिल्लक नसेल तर मी राजा धनानंदाचा अंश समजून स्वीकारही करेल परंतु सत्ता तर चंद्रगुप्ताच्याच हातात आहे. मी शक्तीहीन याला काय न्याय देणार?

'आवश्य न्याय द्याल... राजा तर करू शकता' चाणक्य बोलला.

'परंतु चंद्रगुप्त इतक्या सहज सिंहासनाचा त्याग करील?' राक्षस नाराज दिसला.

याकामी आपल्याला मदत करील. चाणक्याने पुढे होत सांगितले.

आता चंद्रगुप्तबरोबरही कारस्थान करणार की काय? नवीन कारस्थान करणार? राक्षसाने आश्चर्याने विचारले.

'शिव-शिव... आता कसलेही कारस्थान नाही' चाणक्याने शिष्याकडे पाहिले.

'तर मग.... हे कोणते नवे नाटक आहे?'

हे नाटक नाही महामंत्री... समोर उभा असणरा माझा शिष्य हाच चंद्रगुप्त आहे. धनानंद आणि मुराचा पुत्र... आता तर तुम्ही याचे मंत्री होणार ना? असे सांगून चाणक्याने राक्षसाला शेवटी मंत्रीपद स्वीकारण्यास भाग पाडलेच.

■■■

MARATHI BOOKS

₹ 110

₹ 75

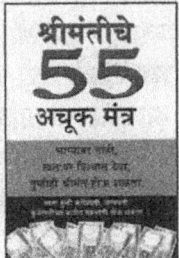

₹ 125

₹ 125

₹ 100

₹ 75

₹ 295

₹ 150

₹ 75

₹ 75

₹ 75

₹ 110

₹ 75

₹ 100

₹ 125

₹ 100

 **DIAMOND BOOKS** X-30, Okhla Industrial Area, Phase-II New Delhi-110020
Tel : 91+11-40712100, 40716600 Fax : 011-41611866

www.ingramcontent.com/pod-product-compliance
Lightning Source LLC
LaVergne TN
LVHW092358220825
819400LV00031B/430